மேனேஜ்மேண்ட் குரு கம்பன்

ஒவ்வொரு தமிழரும்
படித்துப் பெருமைகொள்ள வேண்டிய நூல்

டாக்டர் **சோம. வள்ளியப்பன்**

பங்குச்சந்தை வர்த்தகம், பொருளாதாரம், உணர்வு மேலாண்மை, சுயமுன்னேற்றம், நிர்வாகவியல், மனித வள மேம்பாடு, நிதி நிர்வாகம் உள்ளிட்ட துறைகளில் பல புகழ்பெற்ற நூல்களை எழுதியவர். துறைகள் சார்ந்த செழிப்பான அனுபவமும் நிபுணத்துவமும் கொண்டிருக்கும் இவர் தொலைக்காட்சி மற்றும் பத்திரிகைத்துறை ஊடகங்களில் தொடர்ந்து இயங்கிவருகிறார். Emotional Intelligence-ல் ஆய்வுசெய்து சென்னை பல்கலைக்கழகத்தில் PhD. பட்டம் பெற்றவர். சொற்பொழிவுகள் மற்றும் பயிற்சி வகுப்புகள் மூலம் பல ஆயிரக்கணக்கான மக்களுடன் தொடர்ந்து உரையாடி வருபவர்.

மேனேஜ்மெண்ட் குரு கம்பன்

கம்பன் காட்டும் நிர்வாகக் கோட்பாடுகளும் உத்திகளும்

சோம. வள்ளியப்பன்

கிழக்கு

மேனேஜ்மெண்ட் குரு கம்பன்
Management Guru Kamban

First Edition: September 2022

180 Pages
Printed in India.

ISBN : 978-93-90958-48-1
Kizhakku - 1272

Kizhakku Pathippagam

177/103, First Floor, Ambal's Building, Lloyds Road,
Royapettah, Chennai - 600 014. Ph: +91-44-4200-9603
Email : support@nhm.in Website : www.nhm.in

kizhakkupathippagam kizhakku_nhm

Author's Email: writersomavalliappan@gmail.com

Author's Website : www.writersomavalliappan.in

www.facebook.com/Soma Valliappan

www.youtube.com/Soma Valliappan

Cover Image: Shutterstock

Kizhakku Pathippagam is an imprint of New Horizon Media Private Limited

எங்கள் குடும்பத்தின் புதிய வரவு
செல்வி. சௌந்தரநாயகி உமையாள் (எ) சாய் ஜான்விக்கு

உள்ளே

சோம வள்ளியப்பன் இன்னும் எழுதுக!

கம்பனின் இராமகாதை ஒரு பெருங்கடல். சிலர் இதை ஒரு தமிழ்க் காவியம் என்று மட்டும் பார்ப்பார்கள். வேறு சிலர் இதை ஒரு தமிழ்ப் பக்தி இலக்கியமாகப் பார்ப்பார்கள். இவை தவிர அதில் காணப்படும் அறிவியல், அரசியல், சமூகவியல், பெண்ணியம், வானியல் ஆகிய துறைகள் பற்றியும் இதுவரைப் பலர் தாம் கண்டறிந்தவற்றை எழுதியுள்ளனர். ஆனால் கம்பனின் மேலாண்மை குறித்தக் கருத்துகளைப் பற்றி மிக விரிவாக எழுதப்பட்டுள்ள முதல் நூல் இதுவென்றே கருதுகிறேன்.

எதைச் செய்தாலும் திருத்தமுறச் செய்யும் பாங்கு இதன் ஆசிரியர் சோம வள்ளியப்பன் அவர்களுக்கு உள்ளதென்பதை நான் அறிவேன். தனது 'மேனேஜ்மெண்ட் குரு கம்பன்' என்ற நூலை எழுதப்புகுமுன் தான் மேற்கொள்ள வேண்டிய கம்பராமாயணப் பதிப்பைத் தேர்வு செய்த முறையே இந்தப் பாங்கினைக் காட்டும். பல பதிப்புகளைப் பார்த்து இறுதியாக அம்பத்தூர்க் கம்பன் கழகத் தலைவர் பள்ளத்தூர் பழ. பழநியப்பனின் பதிப்பில் நிலை கொண்டுள்ளார் ஆசிரியர்.

இதற்கு மேல் ஆண்மை இல்லை என்னும்படியாக மேலாண்மை பேசியவன், 'தனியாண்மை பெயரேன்' என்று தன்னையே தான் வியந்து தறுக்குடன் திரிந்த தசமுகன். சோம வள்ளியப்பன் மேலாண்மை பற்றி அனைத்தும் அறிந்தவர். தான் அறிந்த மேலாண்மைக் கோள்கள் அப்படியே கம்ப காவியத்தில் இருப்பதைக் கண்டு காட்டியிருக்கிறார்.

எடுத்த காரியத்தில் வெற்றியடைவதற்கு மேலாண்மை கூறும் வழிகள் இவை: இலக்கை நிர்ணயித்தல், அதையடைய 1)திட்டமிடுதல் 2)ஏற்பாடு செய்தல் 3)தகுந்தோரைத் தேர்வு செய்தல் 4)அவர்களுக்குப் பயிற்சி அளித்தல் 5)ஒருங்கிணைத்தல் 6)தலைமையேற்று வழி நடத்தல் 7)ஊக்கப்படுத்தல் 8)கண்காணித்தல் 9)கட்டுப்படுத்தல் 10)செயல் முடிவில் வெற்றிக் கனிகளைப் பகிர்ந்தளித்தல். எனக்கென்ன வியப்பென்றால் இவையும் பத்து, இராவணன் தலையும் பத்து. அவனது தலை ஒவ்வொன்றும் ஒரு காரியத்தைப் பார்த்தது என்றுகூடக் கம்பன் ஒரு பாடல் பாடியிருக்கிறான். (Ten Heads of Department)

ஒவ்வொரு படலத்தின் தொடக்கத்திலும் ஒவ்வொரு கடவுள் வாழ்த்துப் பாடல் பாடி அசத்தியிருக்கிறான் கம்பன். அவற்றுள் 'ஒன்றே என்னின் ஒன்றே ஆம், பலவே என்னின் பலவே ஆம்' என்ற பாடலை எடுத்துக்கொண்டு என்னதான் கடவுளர் பலராயினும் எல்லையற்றப் பரம் பொருள் ஒன்றுதான் என்று நிறுவி அதை இன்றைய மேலாண்மை வட்டத்தில் ஒரு நிறுவனத்தின் பணியாளர்கள் பலராயினும், பலமொழி பேசுவோராயினும், ஆண் - பெண் ஆயினும், பல்வேறு இனத்தவராயினும் நோக்கம் மட்டும் ஒன்றுடையவர்கள் என்று பொருத்திக் காட்டியிருப்பது வள்ளியப்பனின் திறமை. இதனை வேற்றுமையின் ஒற்றுமை 'Unity in Diversity' என்று அடிக்கடி சொல்லுவார் நமது பாரத நாட்டின் முதல் பிரதமர் நேரு அவர்கள்.

திறன் வாய்ந்த மேலாண் வீரனுக்கு வேண்டிய இலக்கணங்களைத் தனித் தனியே எடுத்து நூல் முழுவதும் கம்பராமாயணப் பாத்திரங்களோடு இணைத்துக் காட்டும் திறன் வியக்க வைக்கிறது. 1)எடுத்துக்கூறும் திறன் (Communication skill), 2)எளிமை (Humility), 3)தன்னளவைத் தானறிதல் (Know one's own place), 4) நோக்கம் (Mission), 5) சரியான சுயமதிப்பீடு (Realistic self appraisal), 6)கண்மூடித்தனமான குழு முடிவு (Group think), 7)மேலாண்மை (Empowerment), 8)பொறுப்பைப் பகிர்ந்தளித்தல் (Distribution of Responsibility), 9)அங்கீகரித்தல் (Recognition), 10)பரிசளித்தல் (Rewards).

மேற்கூறிய அனைத்து மேலாண்மைக் கூறுகளையும் ராமாயணப் பாத்திரங்களோடும், நிகழ்வுகளோடும் தகுந்த முறையில் பொருத்திக் காட்டியுள்ளார் ஆசிரியர்.

எடுத்துக்கூறும் திறனுக்குச் சொல்லின் செல்வன் அனுமனையும், எளிமைக்குக் குகனையும், பகிர்ந்தளிக்கும் தன்மைக்கு ராமனையும், கண்மூடித்தனமான (Group Think) குழு முடிவிற்கு ராவணனையும், எடுத்துரைக்கும் திறனுக்கு மாரீசன், மாலியவான் போன்றோரையும் சான்று காட்டுகிறார் வள்ளியப்பன். காப்பியம் முழுவதும் வியாபித்திருக்கிற கதையின் தலைவனாகிய ராமனை மட்டும் வைத்து மேலாண் கருத்துகளை நிறுவாமல், சீதை, அனுமன், இலக்குவன், பரதன், குகன், ராவணன், வாலி, சுக்ரீவன், விபீடணன், ஜாம்பவான், மாரீசன் போன்ற துணைப் பாத்திரங்களையும் உரிய கேந்திர மலையையும் வைத்து நிறுவியுள்ளமை வீச்சைக் காட்டுகிறது.

பரிசும், ஏற்பும் (Rewards & Recognition), என்ற பகுதியை நுணுகிப் பார்த்து என்றும் பணம்-பொருள் வடிவப் பரிசுகள் (Monetary rewards) என்றும், பணம்-பொருள் வடிவமற்றப் பயன்பாட்டுப் பரிசுகள் (Non Monetary Rewards) என்றும், ராமனது பட்டாபிஷேகத்தின்போது அங்கதனுக்குப் பொன்னும் பொருளும் கொடுத்த ராமன் அனுமனைப் பார்த்துப் 'போர் உதவியதின் தோளால் (என்னைப்) பொருந்துறப் புல்லு' என்று தனது ஆலிங்கனமாகிய 'பெறலரும் பரிசினை நல்கினான்' என்று எடுத்துக்காட்டியுள்ளமை சிறப்பு.

உணர்வுசார் அறிவு (EQ - Emotional Intelligence): இதற்குப் பேரிடம் ஒதுக்கி இந்த உணர்வுசார் அறிவு கம்ப காவியத்தில் வெளிப்படும் இடங்களையும், விளையாடும் திறனையும் அழகுறக் காட்டியுள்ளார் ஆசிரியர்.

முதலில் 'உன்னிடம் உதவிகேட்டு வருவோர்க்குப் பொருள் கொடுக்க உன் சகக் கிழத்தி கோசலையிடம் பிச்சை பகவாயோ' என்றும், 'உன் தந்தைக்குப் பகை வந்தால் யார் போர் உதவி செய்வார்' என்றும் கேட்ட மந்தரையாகிய கூனியின் தீய சொற்களுக்குச் செவி சாய்க்காது அவளைக் கடிந்துகொண்ட கைகேயி உணர்ச்சி வயப்பட்ட பின்னர் அப்படியே தட்டைத் திருப்பிப் போட்டு கூனியைப் பார்த்து, 'நீ எனக்கு மந்திரி, என் மகன் பரதனின் தாய். நன்றி. என் மகன் பரதன் முடிசூடும் வழியைச் சொல்' என்கிறாள்.

அதேபோல சுடு சொற்களை அள்ளி வீசிச் சீதை இலக்குவனை மானின் பின்னே போன ராமனைத் தேட அனுப்பியதும் EQதான்.

தனியேயிருந்த சீதையின் தவச்சாலையில் மிகச் சாதுவாக முற்றும் துறந்த தவசியாக வந்தமர்ந்த ராவணன் தன் சுயரூபம் காட்டக் காரணமானதும் EQதான்.

'நீ நிற்கும் நிலை நெறியிற்று அன்று' என்று கூறியதோடு 'நான் எரியில் வீழ்வேன்' என்று சீதை கூறிய சொற்களும், தவச் சாலையில் வந்து அமர்ந்த ராவணச் சந்நியாசியிடம் தன் கணவன் கொழுந்தன் இவர்களால் பாராட்டிச் சொன்ன வார்த்தைகளும் லக்குவன், ராவணன் EQ-வைக் கிளறிவிட்டதை அதேபோல மாயா சீதையை வெட்டக் கண்ட அனைவரின் EQ தூண்டப்படுகிறது.

சீதையின் தீக்குளிப்பு வெவ்வேறு வகையாகப் பார்க்கப்படுவதைக் கண்டிருக்கிறோம். இதனை எவ்வளவு அழகாக நியாயப் படுத்துகிறார் வள்ளியப்பன் பாருங்கள். நீதி பரிபாலிக்கப்பட்டது என்பது மட்டும் முக்கியமல்ல. நீதி எவ்வாறு பரிபாலிக்கப்பட்டது என்பதை அறியவேண்டும். (Not only must Justice be done, it must also be seen to be done). ராமன் நீதிநெறியின்படி நடந்து கொண்டான் என்பது மட்டும் ராமனுக்கு முக்கியமல்ல. அவன் அவ்வாறு நடந்து கொண்டான் என்பதை உலகறிய வேண்டும். அதனால்தான் சீதையைத் தீக்குளிக்கச் செய்தான்.

இன்றைய மேலாண்மை நிர்வாகத்தில் எச்சரிப்போர் (Whistle Blowers) என்ற ஒரு புதிய துறைக்கு இடம் உண்டு. ஒரு நிறுவனத்தின் அதிகாரிகள், பணியாளர்கள் தவறு செய்தால் இத்தகைய எச்சரிப்போர் மேலாண்மையில் உள்ளவர்களுக்கு எச்சரிக்கை விடுப்பர். இதை ராவணனுக்கு அறிவுரைகளை எடுத்தும் இடித்தும் உரைத்த விபீடணன் கும்பன் இவர்களோடு ஒப்பிட்டு வெற்றி காண்கிறார் ஆசிரியர்.

நிறைவாக ஒப்புரவு (Empathy), இரக்கம் (Sympathy) என்பதை விரிவாக ஆய்ந்துள்ளார் ஆசிரியர். சுக்ரீவன் வாக்குறுதியை மறந்து கிடக்கிறான் என்று கோபாவேசமாக வரும் லக்குவனுக்கு எதிராக வாலியின் மனைவியாகிய தாரையை நிறுத்தினான் அனுமன். தாரையோ விதவை. அவளைப் பார்த்த மாத்திரத்தில் தனது தாயாரை நினைந்து நைந்தான் லக்குவன். இது ஒப்புரவு.

சீதையைச் சிறை மீட்கச் சென்ற அனுமன் அவளைச் சுற்றியிருந்த அரக்கியரைக் கொல்ல முற்படுகிறான். அப்போது அவனைத் தடுத்து அவர்கள் என்ன பாவம் செய்தார்கள். ராவணன்

ஏவியதைத்தானே செய்தார்கள், இவர்களை மன்னித்துவிடு, ஒன்றும் செய்யாதே என்று சீதை சொன்னது இரக்கம் (Sympathy).

பேராசியராகிய நான் நூலாசிரியரைச் சிறப்புறப் பாராட்ட விரும்புவது இரண்டு காரணங்களுக்காக...

1. *நூலின் கட்டமைப்பு:* நூலின் இறுதியில் பின்னிணைப்புகளைச் சேர்த்து, வாசிப்போர் பயன்பெறும் வகையில் காண்டம், படலம், பாடல் எண் இவற்றைக் கொடுத்துள்ளார். அதே போன்று மேலாண்மை குறிக்க ஆங்கிலப் பதங்களைப் பட்டியலிட்டு அவை நூவில் இடம்பெறும் பக்கங்களையும் கொடுத்துள்ளார். நூலின் உள்ளும் ஆங்காங்கே ஆங்கில விளக்கங்கள் கருத்துப் படங்களும் இணைந்திருப்பது கூடுதல் அழகு சேர்க்கிறது. இந்தவகையில் ராமாயணத்தைப் பற்றி இந்த நூலாசிரியர் புதிய அணுகுமுறையை மேற்கொண்டுள்ளார்.

2. அதே நேரத்தில் வெறும் ஆய்வு நூல்போலச் சுவை குன்றியமையாமல் சுவாரஸ்யமான இலக்கிய நூலாக ஆக்கியிருப்பது ஆசிரியர் மேலாண்மைப் பயிற்சியோடு இலக்கிய நேசம் மிக்கவர் என்பதைக் காட்டுகிறது.

ராமாயணக் கதை சொல்லிகளின் மரபுக்கேற்றவாறு ராமனின் பட்டாபிஷேகப் படலத்துடன் நூல் நிறைவேறுவது மனதிற்கு நிறைவு தருகிறது.

சோம வள்ளியப்பன் இன்னும் எழுதுக!

பேராசிரியர் கண. சிற்சபேசன்

வாழ்த்துரை

இனிய நண்பர் சோம வள்ளியப்பன் அவர்களுக்கு என் நல்வாழ்த்துகள். இவர் நாடறிந்த பேச்சாளர், மேலாண்மை நிறுவனப் பயிற்சியாளர், பொருளாதார ஆலோசகர், எழுத்தாளர் எனப் பல பரிணாமங்களில் செயல்படுபவர்.

இவர் 'மேனேஜ்மெண்ட் குரு கம்பன்' என்னும் நூலை எழுதியுள்ளார். இது தமிழுக்குப் புதுவரவு. காரணம் திருக்குறளில் மேலாண்மைச் சிந்தனைகள் என்று பல நூல்கள் வெளிவந்துள்ளன. இந்நூலில் மேலாண்மைக் கோட்பாட்டையும், கம்பரின் கதைப்போக்கையும் இணைத்து வாசகர்களை ஒரு புதிய வாசிப்புக்கு அழைத்துச் செல்கிறார் சோம வள்ளியப்பன்.

உலக இலக்கியத்தில் கம்பர் காவியம், விருத்தம் என்னும் பாவகையால் காவிய மாந்தர்களின் உணர்வுகளுக்கு நூறு வண்ணங்களில் படைக்கப்பட்ட ஒரு காவியமாகும். கம்பரின் கடவுள் வாழ்த்து மேலாண்மைக் கோட்பாடு, உலகம் ஒரு கிராமமாக மாறி வரும் சமூகச் சூழலில் இறைவனின் பன்முக நோக்கை, நிறுவனங்களில் காணும் பன்முகத் தன்மையோடு சிறப்பாக ஒப்பிட்டுள்ளார் இந்நூலாசிரியர்.

கம்பனின் காவியத்தலைவன் ராமன், காவியக் கதையாலும், காவிய மாந்தர்களின் படைப்பாலும் தலைமை நோக்கோடு விரவி வருவதை இந்நூலாசிரியர் நிறுவனத் தலைமைப் பண்புகளோடு விவாதித்துள்ளார்.

அறம் சார்ந்த போர் நெறியை அனுமன் சம்பு மாலியிடம் பேசும்போது, - 'எளியோர் உயிர் கோடல்' என்பதன் மூலம் வெளிப்படுத்துகிறான். ராமபிரான் போருக்கு வந்த ராவணனை வீரத்தோடு போர்புரிய 'இன்று போய் போருக்கு நாளை வா' என்று போர் அறம் பேசுவது கம்பர் காவியம். இதுபோல் உலகில் வெற்றிபெறும் நிறுவனங்கள் சார்ந்த மேலாண்மை நெறிகளைப் பின்பற்றினால் என்றும் நிலைப்பதோடு, அது ஒரு புதிய அடையாளமாக அமையும்.

உலகத்தில் எச்செயலையும் அடைவதற்குரிய வழிமுறை காலத்தோடு பின்பற்ற வேண்டும். எல்லா நோக்கிலும் எல்லாரிடமும் ஒரே மாதிரி, வழிமுறையைப் பயன் முடியாது. இச்சிந்தனையைக் கம்பரின் காவியம் அழகுறச்சொல்கிறது.

ராமனின் மனைவி சீதையைக் கவர நினைத்த ராவணன், தன் மாமன் மாரீசனிடம் மந்திர தந்திரங்களைக் கேட்கிறான். அதற்கு மாரீசன், அணுகுமுறை தவறு என்பதை ராவணனுக்கு அறிவுறுத்தி 'ராமன் மேரு மலையின் இன்னொரு வடிவம்' என்று எச்சரிக்கிறான்.

ஒரு தகவலை அல்லது ஒரு நிகழ்வை வெற்றி பெறச் செய்ய வேண்டும் என்றால் விவாதித்துக் கலந்து ஆலோசனை செய்து முடிவு எடுக்க வேண்டும். இது ஒரு கூட்டாட்சித் தத்துவம்.

வாலியிடம் வதைபட்டு ராமனிடம் வரும் வாலியின் தம்பி சுக்கீரிவனை ஏற்றுக்கொண்ட ராமன், அனுமன், சாம்பாவான், நீலன் போன்றவர்களிடம் கலந்து பேசி வீடணனை ஏற்றுக் கொள்கிறார். அதைத்தான் கம்பர்: 'குகனோடும் ஐவர் ஆனோம். முன்பு பின் குன்று சூழ்வான் மகனொடும் ஐவர் ஆனோம்; தம்முடை அன்பின் வந்த அகன் அமர் காதல் ஐய! நின்னொடும் எழுவர் ஆனோம்' என்று சகோதரத்துவ நிலையைக் காட்டுகிறார்.

அதுபோல் ராவணனின் கோட்டையின் நான்கு புறங்களிலும் போர் நெருக்கடி வந்தபோது, அமைச்சர்களிடம் கலந்து பேசி ஆலோசனை பெறுகிறான். ஆனால் கும்பகர்ணனைப் போருக்கு அனுப்பும்போது ஆலோசிக்காமல் போருக்கு அனுப்பிச் சாகடித்து விடுகிறான். இதுபோல் நிறுவனங்களில் நெருக்கடிகள் வரும் போது ஆலோசனை பெறாமல் அழிந்து வரும் நிறுவனங்களைப் பார்க்க முடிகிறது.

ஒரு செயலை ஒரு மனிதன் செய்வது என்பது ஒன்று. ஆனால் எல்லாச் செயல்களையும் தனி மனிதனால் செய்ய முடியாது. அப்போது கூட்டாகச் சேர்ந்து செயல் குழுக்களை உருவாக்கிச் செயல்படுவதைக் கம்பர் காவியத்தில் காண முடிகிறது. இராமன் ஆற்றைக் கடப்பதற்குக் குகனை சகோதரனாக ஏற்றுக் கொண்டு செயல்படுகிறார். இன்று உலக நாடுகளில் சிறப்பாகப் போற்றிச் செயல்படுவது மேலாண்மையாகும்.

இன்று நாம் ஒரு தகவல் யுகத்தில், ஒவ்வொரு நாளும் புதுப்புதுத் தொழில்நுட்பங்களை எதிர்கொண்டு வாழ வேண்டிய புதிய வாழ்க்கையில் வாழ்ந்து கொண்டிருக்கின்றோம். அதனால்தான் 'உலகம் ஒரு கிராமம்' என்று அழைக்கின்றனர். மனித இனத்துக் குள்ளும், நிறுவனத்துக்குள்ளும் சரியான தகவல் பரிமாற்றம் நிகழ வேண்டும்; இல்லையென்றால் தேவையில்லாத எதிர்விளைவுகள் ஏற்படும். அதனால் கம்பர் தகவல் பரிமாற்றத்தை உளவியல் நோக்கோடு கையாண்டுள்ளார். அனுமன் இலங்கைக்குச் சென்று அசோகவனத்தில் சீதையைக் கண்ட தகவலை அனுமன், 'கண்டனென் கற்பினுக்கு அணியைக் கண்களால்' என்று கூறி ராமனின் தவிப்பைப் போக்குகிறான்.

இன்று உலக அளவில் உணர்வு சார்ந்த புத்திசாலித்தனம் எல்லா நிறுவனங்களிலும், ஆட்சி முறைகளிலும் கையாளப்பட்டு வருவதை இந்நூலாசிரியர் நன்கு காட்சிப்படுத்தி விளக்கியுள்ளார். இச்சிந்தனை கம்பரின் காவியத்தில் கைகேயின் மனத்தை, கூனி உணர்வு ரீதியாக மாற்றிச் செயல்பட வைக்கிறாள். இதனால் கைகேயி தயரதனிடம் இரண்டு வரம் கேட்டுப் பரதனை நாடாள வைத்துவிட்டு, ராமனைக் காட்டுக்கு அனுப்புகிறாள். ஆனால் பரதன் முடி சூடாமல் ராமனைத் தேடிச் செல்லுகிறான். எனவே உணர்வு ரீதியாக செயல்படுவதற்கு முன் நிதானிக்க வேண்டும்; இல்லையென்றால் எதிர்விளைவை ஏற்படுத்தி அழித்துவிடும்.

இந்நூலில் முற்பகுதியில் விளக்கிய கூட்டு மேலாண்மைக் கோட்பாட்டை ராமன் முடிசூடும் காட்சியோடு இந்நூலை நிறைவு செய்கிறார் சோம வள்ளியப்பன்.

கம்பர் காவியத்தை, மேலாண்மைக் கோட்பாடுகளை இந்நூலாசிரியர் பெரிதும் முயன்று பாலகாண்டம் முதல், யுத்த காண்டம் வரை காணப்படும் பாடல்கள் மூலம் விவரித்து நன்கு காட்சிப்படுத்தியுள்ளார். இது ஒரு புது முயற்சி. நண்பர் சோம

வள்ளியப்பன் கம்பரின் காவியத்தைப் புதிய வாசிப்புக்குள்ளாக்கி உள்ளார். ஆறு காண்டங்களின் விவரிப்பு உலகின் ஏழு கண்டங்களுக்கு அலை அலையாய் இந்நூல் கம்பன் புகழ்பாடும் என்பது என் எதிர்பார்ப்பு. இச்சோதனை முயற்சியில் ஈடுபட்ட எழுத்தாளர் சோம வள்ளியப்பனைக் கம்பன் கவியால் வாழ்த்தி மகிழ்கிறேன்.

07.07.2017 நட்புடன்

முனைவர் பெ. சுபாசு சந்திரபோசு
ஆட்சிக்குழு உறுப்பினர் , அழகப்பா பல்கலைக்கழகம்

அணிந்துரை

'யாமறிந்த புலவரிலே கம்பனைப் போல்
வள்ளுவர் போல் இளங்கோவைப்போல்,
பூமிதனில் யாங்கெணுமே பிறந்ததில்லை'

என்று பாடிய மகாகவி பாரதியின் சாகா வரம் பெற்ற வரிகளை மெய்ப்பிக்கும்விதமாக வெளிவரும் இந்நூலுக்கு எனது பாராட்டுக்கள். இந்நூலாசிரியர் திரு. சோம. வள்ளியப்பன் அவர்களை கடந்த பத்தாண்டுகளுக்கும் மேலாக ஒரு மேலாண்மையில் வல்லுநராக, மனித வள மேம்பாட்டு ஆலோசகராக, ஒரு சிறந்தத் திறன் வளர்ப்புப் பயிற்றுநராக மற்றும் ஓர் எழுத்தாளராக நான் அறிவேன்.

எங்கள் அழகப்பா பல்கலையின் மேலாண்மையியல் பாடத் திட்டக்குழு உறுப்பினராக மேலாண்மைக் கல்வியைச் சீர்படுத்திட அவர் ஆற்றிய பணிகள் அளவிடற்கரியது. ஒரு வாசகனாக அவரது 'அள்ள அள்ளப் பணம்' மற்றும் 'இட்லியாக இருங்கள்' போன்ற நல் அறிவும் இனிய வாசிப்பனுபவமும் தரும் புத்தகங்களைப் பலமுறை வாசித்ததுண்டு.

ஆனால், கம்பராமாயணத்தின் மேலாண்மைக் கருத்துகளைப் பற்றிய இந்தப் புத்தகம் அவரது மாறுபட்ட ஒரு படைப்பாக வருவது கண்டு வியப்பு...! மகிழ்ச்சி.

ஒரு நீண்ட நெடிய மொழியியல் ஆராய்ச்சியாளரின் பக்குவத் தோடும், மேலாண்மையியலில் பரந்துப்பட்ட நுண்ணறிவாளரின்

லாகவத்தோடும் இந்நூல் படைக்கப்பட்டிருக்கிறது. வால்மீகி ராமாயணத்தின் மேலாண்மைக் கோட்பாடுகள்பற்றி ஒன்றிரண்டு ஆய்வுக்கட்டுரைகளை மலேசியாவின் ஸ்வின்பர்ன் பல்கலைக் கழகத்தின் பாலகிருஷ்ணன் போன்ற பேராசிரியர்கள் எழுதி உள்ளனர். கம்ப ராமாயணத்தை எளிய ஆங்கிலத்தில் வி.வி.எஸ். அய்யர் போன்றோர் எழுதியுள்ளனர்.

சங்க இலக்கியங்களின் மேலாண்மைக் கருத்துகளை அங்கொன்றும் இங்கொன்றுமாக சிறு புத்தகங்கள் மற்றும் உரைகளை நாம் கண்டும் கேட்டும் ரசித்திருக்கிறோம். ஆனால், கம்பராமாயணத்தில் மேலாண்மைச் சூட்சுமங்களை மிக ஆழமாகவும், அருமையான தெளிந்த நல் ஓடைபோல் சீராகவும் அழகு தமிழில் விளக்கிடும் இந்நூல் எனக்கு ஆச்சர்யத்தை ஏற்படுத்துகிறது.

மேலாண்மையியல் கல்வி அனைத்தும் மேற்கத்திய நாடுகளின் சிந்தனைகளையும், புத்தகங்களையும் சார்ந்தே பயிற்றுவிக்கப்படும் சூழ்நிலையில், தமிழ்க் கவி கம்பர் ஆயிரம் ஆண்டுகட்கு முன்பே பன்முக மேலாண்மைக் கருத்துகளை ராமகாதையில் நுட்பமாகக் கூறியுள்ளவற்றைக் கண்டறிந்து சொல்லியிருப்பவர் நமதருமை நூலாசிரியர்.

காரைக்குடி கம்பன் கழகத்தில் நூலாசிரியர் ஆற்றிய சொற்பொழிவின் தொடர்ச்சியாக, அறிஞர்கள் பலரின் வேண்டுகோளுக்கிணங்க வெளிவரும் இந்நூல் பல பதிப்புகளைக் காணும் என உறுதியாக நம்புகிறேன்.

பணிமுறை நீதிநெறி (Professional Ethics) என்பதற்கு எடுத்துக்காட்டாக ‘ஏதிஒன்றால்; தேரும் அஃதால்’ எனத் தொடங்கும் பாடலை எடுத்து அதன் மூலம் ஆசிரியர் விளக்கிய விதம் கண்டு வியப்பு மேலிட்டது. அதையே உலகமே கொண்டாடும் விஞ்ஞானி ஆல்பர்ட் ஐன்ஸ்டீனின் *Out of My Later Years* என்ற புத்தகக் கருத்தோடு ஒப்பீடு செய்த விதம் மிக அருமை.

Strategic Management எனப்படும் யுக்தி மேலாண்மையின் மையக் கருத்துகளான தொலைநோக்கு (Vision) ஆட்ட வியூகம் (Gameplan) போன்றவற்றை மிக அருமையான எளிமையான சொல்லாடல்கள் மற்றும் கருத்துகள் மூலமாக நூலாசிரியர் விளக்கியிருப்பது மேலாண்மைத் துறைக்குக் கிடைத்துள்ள புதிய பரிமாணம் என்றே கருதுகிறேன்.

தலைமைப் பண்பு மற்றும் அதன் வகைகளைப்பற்றிய கருத்துகள் உள்ளடங்கிய பாடல்களின் ஆய்வினை அழகாக Participatory Leadership மற்றும் Team Building போன்ற தலைப்புகளில் தகவமைத்து திறம்பட விளக்கியுள்ளார் ஆசிரியர்.

மனித வள மேலாண்மையில் கற்றுத்தரப்படும் Perception என்னும் புரிந்துணர்வு பற்றிய கோட்பாட்டை ஒரு படத்தின் மூலமும் பின்னர் ப்ளேட்டோ என்ற கிரேக்க அறிஞரின் பிரபலமான 'beauty lies in the eye of the beholder' என்ற பழமொழி மூலமும் எளிமையாக அறிமுகப்படுத்தி, பின்னர் ராமாயணப் பாடல்களிலுள்ள கருத்துகளை ஒப்பீடு செய்வது என்பது மேலாண்மையியலையும், ராமாயணத்தையும் ஒருங்கே அனைவருக்கும் எளிதாகப் புரியவைக்கிறது.

அங்கீகாரம் (Recognition) வெகுமதி (Rewards) பிறர் மனம் உணர்தல் (Empathy) போன்றவற்றை கிட்கிந்தா காண்டம் பாடல்கள் மூலம் மிக எளிமையாக, அருமையாக விளக்குவதைப் படிக்கும்போது கம்பனின் அறிவா? அல்லது ஆசிரியரின் நுண்ணோக்குத் திறனா? எது விஞ்சுகிறது என்ற வியப்பைத் தவிர்க்க முடியவில்லை

ஒரு மேலாண்மையியல் பேராசிரியராக நான் அறிந்த வரையில் யுக்தி மேலாண்மையின் முன்னோடிகளாக ஸன் சூ என்ற சீனப் படைத்தளபதி எழுதிய 8ம் நூற்றாண்டைச் சேர்ந்த 'போர்க் கலை' என்ற யுத்தத்தையும், நமது கௌடில்யர் எழுதிய 'அர்த்த சாஸ்த்ரம்' என்ற நூலையும் குறிப்பிடுவோம்.

அதனினும் மேலான கருத்துகளை ராமகாதையின் யுத்த காண்டம் பாடல்களின் மூலமும் கும்பகர்ணன், அனுமன் போன்ற கதாபாத்திரங்களின் வாயிலாகவும் கம்பன் கூறியுள்ள கருத்துகளை இப்புத்தகத்தின் வாயிலாக அறியும்போது ஆனந்தமாக இருக்கிறது. இதேபோல் இவர் புறநானூற்றுப் பாடல்களையும் ஆய்வு செய்து புத்தகமாக வெளியிட வேண்டுமாய்க் கேட்டுக்கொள்ளத் தோன்றுகிறது.

ஒரு முனைவர் பட்ட ஆய்வுக்கும் மேலாக உன்னதமாக உருவாகி உள்ள இப்படைப்பை ஆங்கிலத்திலும் வெளியிட்டால், அனைத்துலகிற்கும் எம் கம்பனின் கருத்துகளை எடுத்துச் செல்லலாம். பல்கலைக்கழக மேலாண்மையியலிலும், தமிழ்ப்

புலத்திலும் இந்நூலைப் பாடத்திட்டத்தில் சேர்க்க வேண்டுகோள் வைக்க வேண்டுமாய் கேட்டுக்கொண்டு நூலாசிரியரின் இச்சிறந்த படைப்புக்கு வாழ்த்தையும், நன்றியையும் தெரிவிக்கக் கடமைப்பட்டுள்ளேன்.

காரைக்குடி **கோ. இளங்குமரன்**

15.03.2015 அழகப்பா மேலாண்மையியல் நிறுவனம்

முன்னுரை

மேலாண்மை என்றால் என்ன என்ற கேள்விக்கு, 'மேனேஜ்மெண்ட் என்பது மக்களை வைத்துச் செய்யவேண்டியவற்றைச் செய்து முடிப்பது' (Getting things done through people) என்று விளக்கம் கொடுக்கிறார் பார்கர் போலெட் *(1941)*.

'மேலாண்மை என்பது, நிறுவனம் அல்லது அமைப்பின் இலக்குகளை அடைய மனித, பொருள் மற்றும் நிதி வளங்களைச் சிறப்பாக பயன்படுத்தும் வழிமுறை' (The process of optimizing human, material and financial contributions for achieving organisational goals) என்கின்றனர் வீரிச் - கோண்ட்ஸ் *(1993)*.

சயிண்டிபிக் மேனேஜ்மெண்ட் ஸ்கூல், கிளாசிக்கல் ஆர்கனைசேஷனல் தியரி ஸ்கூல், த பிகேவியரல் ஸ்கூல், மேனேஜ்மெண்ட் சயின்ஸ், த சிஸ்டம் அப்ரோச், த கண்டிஜென்சி அப்ரோச் மற்றும் டைனமிக் எங்கேஜ்மெண்ட் அப்ரோச், கேயாஸ் தியரி என்று, *1890* முதல் *1990* வரையிலான நூறாண்டு காலத்தில் மேனேஜ்மெண்ட் என்ற 'மேலாண்மை' இயல் மேலை நாடுகளில் உருவாகி தொடர்ந்து வளர்ச்சி அடைந்து வந்திருக்கிறது.

இரண்டாயிரம் ஆண்டுகளுக்கு முந்தைய உலகப் பொதுமறையான திருக்குறளிலும், விவிலியத்திலும், ஏராளமான மேலாண்மைக் கருத்துகள் இடம்பெற்றிருக்கின்றன. எகிப்திய பிரமிடுகள், ராஜராஜன் கட்டிய தஞ்சை பெரிய கோவில் போன்ற மனித இனத்தின் பல்வேறு சாதனைகள் திறம்பட்ட மேலாண்மை

இல்லாமல் சாத்தியமாகியிருக்காது என்பது வல்லுனர்களின் முடிவு.

ஆக, மேலாண்மை எல்லாக் காலகட்டங்களிலும் தேவைகளுக்கு ஏற்ப இருந்திருக்கிறது. ஆனால் அதை முறையாகக் கற்பிப்பது, கற்பது என்கிற வழக்கம் மேலை நாடுகளில் 19ம் நூற்றாண்டின் பிற்பகுதியில்தான் ஏற்பட்டதாகத் தெரிகிறது.

அதிலும் குறிப்பாகத் தொழிற்புரட்சி ஏற்பட்டு, பெரும் எண்ணிக்கையிலான ஊழியர்களைப் பயன்படுத்தி, பெரிய அளவுகளில் உற்பத்தி செய்யத் துவங்கியபோதுதான், வளங்களைத் திறம்படப் பயன்படுத்தவும், உற்பத்தியைப் பெருக்கவும் லாபத்தை அதிகரிக்கவும் ஏற்ற நிர்வாகமுறைகளைப் பற்றிய சிந்தனைகள் உருவாகியிருக்கின்றன. தவிர, உலகப்போர்களின் போதும், மோசமான நெருக்கடிகளைச் சமாளிக்கவும், இருக்கிற, கிடைக்கிற அளவான வளங்களைத் திறம்படப் பயன்படுத்தச் சிந்தித்த பலர் சிறந்த மேலாண்மை உத்திகளைக் கண்டறிந்திருக் கிறார்கள். அவர்களுள் குறிப்பிடத்தகுந்தவர்கள் என்றால்,

- பிரெட்ரிக் வின்ஸ்லோ டெய்லர் *(1856 - 1915)* - சயிண்டிபிக் மேனேஜ்மெண்ட், ஆப்ரேஷனல் அப்ரோச்
- ஹென்றி போயல் *(1845 - 1925)* - யூனிவர்சல் அப்ரோச்
- மேக்ஸ் வெப்பர் *(1864 - 1945)* - பியுராகிரெடிக் அப்ரோச்
- எல்டன் மாயோ *(1880 - 1949)* – ஹியூமன் ரிலேஷன்ஸ் மூவ்மெண்ட்
- பீட்டர் கிரீன்லீஃப் *(1904 - 1990)* – செர்வண்ட் லீடர்ஷிப்

ஆகியோரைச் சொல்லலாம். தவிர, செஸ்டர் பெர்னார்ட், ஹென்றி எல். காண்ட், கில்பெர்த்ஸ், பீட்டர் டிரக்கர், காவொரு இஷிகாவா, டபிள்யு எட்வெர்ட் டெம்மிங், ஹென்றி ஜுராங் ஆகியோரும் மேலாண்மை குறித்து பல சிந்தனைகளை முன்வைத்திருக்கிறார்கள். மொத்தத்தில் மேலாண்மை தொடர்ந்து வளர்ந்துகொண்டேயிருக்கிறது. மனித குலம் இருக்கும்வரை மேலாண்மையின் தேவை தொடரும். வளர்ச்சி இருக்கும்.

மேலை நாடுகளில் சுமார் 150 ஆண்டுகளுக்கு முன்பு தோன்றி, தொடர்ந்து வளர்ச்சியடைந்து கொண்டேயிருக்கும் மேலாண்மைத் துறையில் கையாளப்படும்,

- ‘மேனேஜ்மெண்ட் தாட்ஸ்’ எனப்படும் மேலாண்மைச் சிந்தனைகள்

- ‘மேனேஜ்மெண்ட் பிரின்சிபில்ஸ்’ எனப்படும் மேலாண்மை கோட்பாடுகள்
- ‘மேனேஜ்மெண்ட் கான்செப்ட்ஸ்’ எனப்படும் மேலாண்மை சார் பொதுக் கருத்துகள் - கருத்துருவாக்கங்கள்
- ‘மேனேஜ்மெண்ட் தியரீஸ்’ எனப்படும் மேலாண்மைக் கோட்பாடுகள்
- ‘மேனேஜ்மெண்ட் டெக்னிக்ஸ்’ எனப்படும் மேலாண்மை நுட்பங்கள்

ஆகியவை, இன்றைக்குச் சுமார் 1,130 ஆண்டுகளுக்கு முன்பு, அதாவது கம்பராமாயணம் அரங்கேறிய கி.பி 885ம் ஆண்டு, கம்பரால் எழுதப்பட்ட ராமாயணத்தில் இருக்கிறதா என்று தேடியதில் எனக்குக் கிடைத்தவை, பெருவியப்பு ஊட்டுவதாகவும், உவகை தருவதாகவும் அமைந்தன.

தொடக்கத்தில் மேனேஜ்மெண்ட் விஷயங்கள் அனைத்துமே சயிண்டிபிக் மேனேஜ்மெண்ட் தியரிகளாகத்தான் இருந்தன. அவை பிரெட்டிரிக் டெய்லரும் ஹென்றிபோயலும் சொன்னவை. அதன்பிறகு ‘சோஷியல் சயிண்டிஸ்ட்’ தியரிகள் ஆப்ரகாம் மாஸ்லோ (ஹயரார்கி ஆப் நீட்ஸ்), எல்ட்டன் மாயோ (ஹியூமன் ரிலேஷன்ஸ் மூவ்மெண்ட்), டக்ளஸ் மெஃரிகர் (தியரி எக்ஸ், தியரி ஒய்) போன்றவர்களால் வந்தன.

பிற்காலத்தில் ‘கண்ட்டிஜென்ட் தியரி’, ‘பிராப்ளம் சால்விங் அப்ரோச்’, ‘ஸ்டிராடிஜிக் மேனேஜ்மெண்ட் அப்ரோச்’ போன்றவையும் வந்தன. இன்னும் வந்துகொண்டேயிருக்கின்றன. இனியும் புதியவை வரும்.

இலக்கு ஏற்படுத்திக்கொள்ளுதல், திட்டமிடுதல், ஏற்பாடுகள் செய்தல், தகுந்த ஆட்கள் எடுத்தல், பயிற்சி கொடுத்தல், ஒருங்கிணைத்தல், தலைமை தாங்குதல், ஊக்கப்படுத்துதல், கண்காணித்தல், கட்டுப்படுத்தல் போன்றவை மேலாண்மையின் அடிப்படையான அம்சங்கள்.

இவை அனைத்துக்குமான தேவைகள் ராம காவியத்தில் இருந்திருக்கிறது. அதனால் இவற்றை எப்படிச் செய்வது என்பது பற்றி கம்பன் விரிவாகவும் சிறப்பாகவும் சொல்லியிருக்கிறான். அவற்றில் சிலவற்றைத் தற்போதைய நவீன மேலாண்மை வழிமுறைகள், கருத்துகளுடன் ஒப்பிட்டுக் காட்டும் முயற்சிதான் இந்தப் புத்தகம்.

கம்பராமாயணத்தில் நமக்குக் கிடைக்கப் பெற்றிருக்கும் 12,000 பாடல்களில் இடைச்செருகல்கள், மிகைப் பாடல்கள் என்று சுமார் 1500 பாடல்களை விட்டுவிட்டால் மீதம் 10,500 பாடல்கள் என்று அறிஞர்கள் பலரும் குறிப்பிடுகிறார்கள்.

கம்பராமாயணம் ஒரு பக்தி இலக்கியம் என்று எண்ணுவோர் உண்டு. ஆனால் அதில் இருக்கும் அறிவியல், அரசியல், சமூகவியல், வானியல் என்று பல்வேறு விஷயங்களையும் அறிஞர் பெருமக்கள் பலரும் பல்லாண்டு காலமாகத் தொடர்ந்து வெளிக்கொண்டுவந்து கொண்டேயிருக்கிறார்கள். அந்த வழியில் காரைக்குடி கம்பன் கழகம் அரிய பணி செய்து வருகிறது. கம்பன் அடிசூடி பழ. பழனியப்பன் அவர்கள், 'மேலாண்மைத் துறை சார்ந்தக் கருத்துகள் பற்றிப் பேசுங்கள், எழுதுங்கள்' என்று என்னிடம் கேட்டார். அவரது பெற்றோர் பெயரில் நடத்தும் அறக்கட்டளை வாயிலாகச் சொற்பொழிவு செய்யும் வாய்ப்பை எனக்குக் கொடுத்தார்.

இந்தப் பணியை ஏற்றுக்கொண்டபோது கம்பராமாயணத்தின் ஆழமும் வீச்சும் தெரியாமல்தான் ஒப்புக்கொண்டேன். ஒன்றரை மாத இடைவெளியில், இடைவிடாத ஏனைய பணிகளுக்கு நடுவே, ஒப்புக்கொண்டுவிட்டதை, புகழ்பெற்ற காரைக்குடி கம்பன் கழகத்தில், கற்றறிந்தோர் சபையில் எடுத்துப் பேசவேண்டும்; முன் எவரும் கண்டு சொல்லாதவற்றைச் சொல்லத்தான் நம்மிடம் இந்தப் பணியைத் தந்திருக்கிறார் கம்பன் அடிசூடி. படிக்கவேண்டியதோ பத்தாயிரத்துக்கும் அதிகமான பாடல்கள். இதை எப்படிச் செய்துமுடிப்பது என்ற மலைப்பும் சரியாகச் செய்யவேண்டுமே என்ற அச்சமும் வந்தது.

கம்பராமாயணம் முழுவதையும் படித்துத் தேவையானதைக் கண்டெடுப்பது என்று முடிவு செய்துகொண்டேன். அதைச் செய்ய எனக்குத் தேவைப்பட்டது உரைநடைதான். சுமார் பத்துப் பதினோரு வயதிருக்கும் போதே திருப்பாப்புலியூரில் பெற்றோர் குடியிருந்தபோது, தாய்வழிப் பாட்டி வீர. கல்யாணி ஆச்சி கேட்பதற்காக, அவர்கள் கேட்டுக் கொண்டதற்கு இணங்க ராஜாஜி அவர்கள் எழுதிய சக்ரவர்த்தித் திருமகன் ராமாயண உரைநடையை, என் அக்காள் திருமதி சௌந்தரலட்சுமி (இராமநாதன்) சத்தமாகப் படிக்க, பாட்டிக்கு அருகில் அமர்ந்து என் தம்பி தங்கை ஆகியோருடன் நான் பலமுறை கேட்டிருக்கிறேன். ஆக, எனக்கு ராமாயணக் கதை நன்றாகவே

தெரியும். ஆனால், அதில் உள்ள மேலாண்மைக் கருத்துகளை அல்லவா எடுத்துக் காட்டவேண்டும்! அதற்குக் கதைச் சுருக்கம் மட்டும் தெரிந்திருந்தால் போதாது. அதை ஊன்றிப்படிக்க வேண்டும் என்பதை உணர்ந்துகொண்டேன்.

உடனடியாகப் புத்தங்களுக்கானத் தேடலைத் தொடங்கினேன். கோவை கம்பன் கழக வெளியீட்டை சில ஆண்டுகளுக்கு முன் வாங்கியது நினைவிருந்தது. தேடினேன். அகப்படவில்லை. வெளியில் விசாரிக்க ஆரம்பித்தேன். சிதம்பரம் அண்ணாமலை பல்கலைக் கழக வெளியீடு நன்றாக இருக்கும் என்றார்கள். அதன் ஒரு பாகத்தை மட்டும் வானதி பதிப்பகத்தில் அமர்ந்து புரட்டிப் பார்த்தேன். அதில் உரைநடை குறைவு என்று தோன்றியது. அடுத்து, கம்பன் அடிசூடியிடம் விசாரித்தேன். அவர்கள், நான் அனுப்புகிறேன் என்று சொல்லி, உமா பதிப்பகம் வெளியிட்டிருக்கும் ராமாயணம் பரிசுப்பதிப்பு ஒன்றையும் அவர்கள் எழுதிய 'கம்பன் என்ற நிர்வாகி' என்ற நூலையும் அனுப்பி வைத்தார்கள்.

பரிசுப் பதிப்பும் என் தேவைக்குச் சுருக்கமாகவே தெரிந்தது. கம்பன் என்றொரு நிர்வாகியையைப்பற்றி பழ. பழனியப்பன் நன்றாக எழுதியிருந்தார். ஆனாலும் என் தயாரிப்புக்கு முன்னால், அதே போன்றதொரு படைப்பான அந்தப் புத்தகத்தைப் படிக்கக் கூடாது என்று முடிவு செய்துகொண்டு மீண்டும் தேடியபோது வானதியில் கிடைத்தது விரிவான உரைநடை கொண்ட புத்தகம். இதைப் பாருங்களேன் என்று எடுத்துக்கொடுத்தவர் நண்பர் வானதி திருநாவுக்கரசு அவர்களின் புதல்வர் இராமநாதன். பாடல்களும் விளக்கமும் விரிவாகக் கொடுக்கப்பட்டிருந்த, பள்ளத்தூர் பழ. பழனியப்பன் எழுதிய, கம்பராமாயணம் (இராமாவதாரம்) - மூலமும் உரையும். மொத்தம் ஒன்பது புத்தகங்கள். ஒவ்வொன்றும் 600 முதல் 900 பக்கங்கள். மொத்தம் 7,500 பக்கங்களுக்கும் அதிகம்.

நூல்களைப் படிக்கப் படிக்க, நிறுவனங்களிலும் அமைப்பு களிலும் இன்றைக்குப் பேசப்படும், நடைமுறைப் படுத்தப்படும் பல மேலாண்மை தொடர்பான கருத்துகள், கோட்பாடுகள் அப்படியே பல நூற்றாண்டுகளுக்கு முன் எழுதப்பட்ட கம்ப ராமாயணத்தில் இருப்பது கண்டு வியந்தேன். குறிப்பாக மனித வளத்துறை சார்ந்த கருத்துகள், உணர்வு மேலாண்மை (எமோஷனல் இண்டெலிஜென்ஸ்) கருத்துகள் என்னைப் பெரிதும் வியப்பில் ஆழ்த்தின.

கம்பராமாயணத்தில் காணப்படும் மேலாண்மை தொடர்பான விஷயங்களை எடுத்துக்காட்டுவதுதான் புத்தகத்தின் நோக்கம் என்பதால், கருத்து பகுப்புகளை ஒட்டியே அத்தியாயங்களை வகுத்தேன். கதை எல்லோருக்கும் தெரியும். அதனால் இப்படிப்பட்ட பகுப்பு.

எடுத்துக் காட்டும் பாடல்களை அடிபிறழாமல் கொடுத்திருக் கிறேன். பாடலில் நான் எடுத்துக்காட்ட விரும்பும் பகுதியை வேறுபடுத்திக் காட்டியிருக்கிறேன். தவிர, பாடலின் அடியிலேயே காண்டம், படலம் மற்றும் பாடலின் எண்ணையும் கொடுத்திருக்கிறேன். இந்தப் புத்தகத்தில் உள்ள கருத்துகளை எவரேனும் அவர்களது ஆராய்ச்சிக்கோ அல்லது சொற் பொழிவிற்கோ பயன்படுத்தினால், அதற்கு அவர்கள் மீண்டும் வேறு ஒரு புத்தகத்தில் பாடல் வரிகளையும், அது எங்கே வருகிறது என்பதையும் தேடவேண்டாம் என்கிற நோக்கத்தோடுதான் அப்படிச் செய்திருக்கிறேன். நான் கொடுத்திருக்கும் பாடல் எண்கள், சென்னை கம்பன் கழக வெளியீடான கம்பராமாயணம் - இராமாவதாரம் - 1976 பதிப்பில் உள்ள எண்கள்.

தேடியதும் கொடுத்திருப்பதும் கம்பராமாயணத்தில் இருக்கும் தற்கால மேலாண்மைக் கருத்துகளை. கம்பன் எல்லாவற்றையும் ராமன் எனும் நாயகன் மூலமே காட்ட வேண்டியதில்லை. காவியத்தின் போக்கிற்கு ஏற்ப, சூழ்நிலைகளுக்கு ஏற்ப பல்வேறு பாத்திரங்களும் நடந்துகொள்கிறார்கள், பேசுகிறார்கள். அவை எல்லாமே கம்பன் சொல்லுபவைதான்.

எனவே, ராமன் மட்டுமல்ல. சீதாதேவி, அனுமன், லக்குவன், பரதன், சுக்கிரீவன், வாலி, அங்கதன், ஜாம்பவான், நீலன், ராவணன், விபீடணன், கும்பகர்ணன், இந்திரஜித்து, மாரீசன், மகோதரன் என்று எல்லாப் பாத்திரங்களின் வாயிலாகவும் கம்பன் காட்டும் மேலாண்மைக் கருத்துகளை நான் கண்ட உரையில் கொடுத்திருக்கிறேன்.

தெரிந்தே பல இடங்களில் வள்ளுவர் சொன்னதை கம்பன் சொன்னவற்றுடன் ஒப்பிட்டுக் காட்டாமல் குறிப்பிடாமல் விட்டிருக்கிறேன். காரணம், வள்ளுவன் கம்பனுக்கு பல நூற்றாண்டுகள் முந்தையவன். அதனால் வள்ளுவன் சொன்னதன் தாக்கம் கம்பனிடம் இருக்கவே செய்யும் என்பதால்.

கம்பன், ராமன், லக்குவன், ஆகியோரை அவர்களிடம் இருக்கும் நெருக்கம் காரணமாகவோ என்னவோ ஒருமையில் ‘சொன்னான்’,

'வந்தான்' என்றெல்லாம் குறிப்பிடும் வழக்கம் இருந்து வருகிறது. நானும் அப்படித்தான் எழுதியிருக்கிறேன்.

மேலாண்மை நுட்பங்களை, சூட்சமங்களைப்பற்றி எழுதும் போது ஆங்கிலத்தில் இருக்கும் அந்தச் சொற்களை எப்படி எழுதுவது என்கிற சந்தேகம் வந்தது. அந்தப் பதங்களுக்கு ஏற்ற சரியான தமிழ்ச் சொல்லைக் கண்டறிந்து சொல்லுவதா அல்லது தமிழில் பொருள் சொல்லி விளக்குவதா என்கிற சந்தேகம் வந்தது. பிறகு மொழிபெயர்ப்பும் உடன் ஒலிபெயர்ப்பும் (டிரான்ஸ்லிட்ரேஷன்) செய்வதுதான் சரியாக இருக்கும் என்று முடிவுசெய்துகொண்டேன். அப்படித்தான் எழுதியிருக்கிறேன்.

உதாரணத்திற்கு 'பெர்செப்ஷன்' என்ற கருத்துருவாக்கம். அதன் பொருளைச் சொல்லி விளக்கிவிட்டு, பெர்செப்ஷன் என்று ஆங்கிலச் சொல்லை அப்படியே தமிழில் எழுதிவிட்டேன். இப்படி எழுதுவதால், நூலில் குறிப்பிடப்படும் கருத்துருவாக்கம் (கான்செப்ட்) எதைப் பற்றியது என்ற சந்தேகம் எவருக்கும் வராது. அதன் காரணமாகவே ஆங்கிலப் பதங்களை ஆங்காங்கே தேவைப்படும் இடங்களில் பயன்படுத்தியிருக்கிறேன். இதைத் தமிழ் அறிஞர்கள் பொறுத்தருள வேண்டும்.

கம்பராமாயணம் ஒரு மிகப்பெரிய தோப்பு. இல்லை இல்லை. ஒரு காடு. அதனுள் ஏராளமான பூச்செடிகளும் பழமரங்களும் பரவியிருக்கின்றன. வேகமாக உள்ளே ஓடி, கண்ணில் பட்டவற்றை மட்டும் எடுத்துக்கொண்டு ஓடி வந்திருக்கும் சிறுவன் நான். நான் அள்ளிவர முடிந்தது ஒரு சிறுகூடை அளவுதான். 145 பாடல்களை மட்டுமே எடுத்து இந்தப் புத்தகத்தில் பேசியிருக்கிறேன். அதாவது மொத்தமிருக்கும் 10,500 பாடல் களுடன் ஒப்பிட்டால் நான் எடுத்துப் பயன்படுத்தியிருப்பது ஒன்றரை விழுக்காட்டிற்கும் குறைவு. வெறும் 1.38% தான். மேலாண்மை தொடர்பான கருத்துகளே இன்னும் ஏகப்பட்டவை உள்ளே இருக்கின்றன.

சமூக அமைப்பில், பொருளாதாரப் பெருக்கத்தில், நாகரிகத்தில், விஞ்ஞான வளர்ச்சியில், கலாச்சாரத்தில் என்று பல்வேறு துறைகளிலும் கடந்த நூறு ஆண்டுகளில் வந்த மாற்றங்கள் ஏராளம். அதை வைத்துப் பார்க்கும்போது கம்பராமாயணம் ஆயிரத்து நூற்று முப்பது ஆண்டுகளுக்கு முன்னர் எழுதப்பட்டது என்றால் நம்ப முடியவில்லை. எல்லாவற்றையும் தாண்டி, இன்றைக்கும் பொருள் பொதிந்ததாக, செய்தி சொல்லக் கூடியதாக,

சுவாரசியமாக, படிப்பவர்க்கு புத்துணர்ச்சி தருவதாக இருக்கிறது கம்பராமாயணம். ஆயிரம் ஆண்டுகள் தாண்டியும் உயர்ந்து நிற்கிறான் கம்பன். இன்னும் பல நூற்றாண்டுகளுக்கு நிற்பான்.

இப்படி ஒரு பணியைக் கொடுத்ததன் மூலம், கம்பராமாயணத்தை ஊன்றிப் படிக்கும் வாய்ப்பைக் கொடுத்தவர் காரைக்குடி கம்பன் கழகச் செயலாளர், கம்பன் அடிசூடி திரு பழ. பழனியப்பன் அவர்கள். சிறப்புமிக்கத் தேரின் வடத்தைத் தொட்டுக்கொள்ளும் வாய்ப்பு கொடுத்த அவருக்கு என் சிரம் தாழ்ந்த வணக்கங்களையும் நன்றியையும் தெரிவித்துக்கொள்கிறேன்.

இந்த நூலைப் படித்துப் பார்த்துத் திருத்தங்கள் சொன்ன பேராசிரியர் மு. பழனியப்பன் அவர்களுக்கும் தினஇதழ் பத்திரிகையின் ஆசிரியர் இரா. குமார் அவர்களுக்கும் என் நன்றிகள்.

சோம வள்ளியப்பன்

அபிராமபுரம், சென்னை

1

பன்முகத்தன்மை

Diversity

எதையும் கடவுள் வாழ்த்துடன் துவங்குவதுதான் முறை. அதிலும் கம்பன் எழுதிய ராமாவதாரம் பற்றிய புத்தகம், அது மேலாண்மைக் கருத்துகளை எடுத்துக்காட்டுகிற புத்தகமாக இருந்தாலும் கடவுள் வாழ்த்துப் பாடல் ஒன்றுடன் தொடங்குவதே சரி. அத்தனை பெரிய காவியத்திற்குக் கம்பன் ஒரே ஒரு பாடலுடன் கடவுள் வாழ்த்தை விட்டுவிடவில்லை. ஒவ்வொரு காண்டத்திற்கும் தனித்தனியே கடவுள் வாழ்த்துப் பாடல் என்று ஆறு காண்டங்களுக்கும் ஆறு பாடல்கள் பாடியிருக்கிறான். அவற்றில் குறிப்பிட்டவிதமாக சிவன் என்றோ, ராமன் என்றோ சக்தி என்றோ இறைவன், இறைவி பெயர்களைக் குறிப்பிடாமல், பொதுவாக, எவரும், எம்மதத்தினரும் ஏற்றுக்கொள்ளும்விதமாக இறைவனின் தன்மைகள் பற்றியும், இறைவனைப் புரிந்துகொள்ள மனிதர்களால் ஆகாது, காரணம் அவன் அவ்வளவு பெரியவன் என்றும் கீழ்கண்ட பாடலில் விவரித்திருக்கிறான். யுத்த காண்டத்தின் இந்தக் கடவுள் வாழ்த்துப் பாடலின் எளிமையையும், அது விளக்கும்

பொருளையும், அதன் பின் இருக்கும் என்றைக்கும் பொருந்தும் தத்துவமும் அற்புதமானவை.

'ஒன்றே' என்னின் ஒன்றே ஆம்;
'பல' என்று உரைக்கின் பலவே ஆம்;
'அன்றே' என்னின் அன்றே ஆம்;
'ஆம்' என்று உரைக்கின் ஆமேஆம்;
'இன்றே' என்னின் இன்றே ஆம்;
'உளது' என்று உரைக்கின் உளதே ஆம்;
நன்றே நம்பி குடி வாழ்க்கை!
நமக்கு இங்கு என்னோ பிழைப்பு? அம்மா!

யுத்த காண்டம் - கடவுள் வாழ்த்துப் பாடல்

'இறைவன் ஒருவனே என்று நம்புவர்களுக்கு அவன் ஒருவனாகவே புலப்படுவான். இல்லை அவனுக்குப் பல உருவங்கள் உண்டு என்று எண்ணுபவர்களுக்குப் பல உருவங்களாகத் தெரிவான்.

இறைவனுக்கு என்று எந்தக் குறிப்பிட்டத் தன்மையும் இல்லை என்று சொல்பவர்களுக்கு அதுபோலவும்; இல்லை அவன் ஒரு குறிப்பிட்டத் தன்மை உடையவன்தான் என்று நம்புவர்களுக்கு அப்படியாகவும் தெரிவான்.

கடவுளே இல்லை என்று சொல்பவர்க்கு இல்லாதவனாகவும், எல்லா இடங்களிலும் நீக்கமற நிறைந்து இருப்பவன் இறைவன் என்று நம்புவர்களுக்கு எல்லா இடங்களிலும் இருப்பவனாகவும் இருப்பவன் இறைவன்.

அப்படிப்பட்ட, நம்மால் புரிந்துகொள்ள முடியாத மிகப் பெரியவன் இறைவன்' என்கிறான் கம்பன்.

இந்தப் பாடலில் இருக்கும் மேலாண்மை சூட்சமம் என்ன?

அதன் பெயர் 'டைவர்சிட்டி'.

பன்முகத்தன்மை
Diversity

சமீப காலமாக, அதிலும் குறிப்பாக உலகமயமாக்கலுக்குப் பின் நிறுவனங்களில் பெரிய மாறுதல்கள் வந்திருக்கின்றன. முன்பு

இல்லாத துறைகளிலும் முன்பு எப்போதும் இல்லாத எண்ணிக்கையிலும் பெண்கள் வேலைகளுக்குப் போகத் தொடங்கியிருக்கிறார்கள். வெவ்வேறு மாநிலத்தவர்கள் மட்டுமின்றி சில நிறுவனங்களில் பல்வேறு தேசத்தவர்களும்கூட சேர்ந்து பணியாற்றும் நிலை ஏற்பட்டிருக்கிறது. பல்வேறு இனத்தவரும் ஒரே நிறுவனத்தில் பணிபுரிவதும், பல்வேறு மொழி பேசுவோர், மதங்களைச் சார்ந்தோர் என வேறுபட்டவர்கள் இணைந்து பணியாற்றும் நிலையும் இப்போது வந்திருக்கிறது.

இந்த நிலை வந்தால்தான் நிறுவனங்களுக்கு நல்லது. ஊழியர்கள் இவற்றுக்குப் பழகவேண்டும். ஊழியர்கள் அவர்களுக்குள் வேற்றுமைகள் பாராட்டாமல் இணக்கமாகப் பணியாற்றுதலே நிறுவனங்களுக்கு நல்லது என்பதால், நிர்வாகங்கள் இந்தப் பன்முகத்தன்மையை வளர்க்க 'டைவர்சிட்டி' என்ற மனிதவளக் கொள்கை ஒன்றை உருவாக்கி இருக்கின்றன.

நிறுவனத்தில் வேலை செய்பவர்கள் அனைவரும் ஒரே பாலினம், ஒரே இனம், ஒரே மாநிலம், ஒரே மொழி, ஒரே மதம் என்றெல்லாம் இருக்கலாகாது. 'ஜெண்டர் டைவர்சிட்டி', 'கல்ச்சுரல் டைவர்சிட்டி' என்று பலவற்றிலும் பன்முகத்தன்மை, வேற்றுமைகள் இருக்கவேண்டும் என்பார்கள். இந்திய தேசியத்தின் பலமேகூட வேற்றுமையில் ஒற்றுமை என்ற பொருளில் Unity in diversity சொல்வதுண்டு.

பலவிதமானவர்களும் நிறுவனப் பணியில் கலந்திருக்க வேண்டும் என்பதை, பெரிய நிறுவனங்களில் வேலைக்கு ஆட்கள் எடுக்கும் மனித வளத்துறை அதிகாரிகளுக்கான ஓர் இலக்காகவே (KPI) கொடுக்கிறார்கள். பன்முகத்தன்மை என்பதில் மாற்றுத் திறனாளிகளும் அடக்கம். பல்வேறு விதமானவர்களையும் புரிந்துகொள்ளும், ஏற்றுக்கொள்ளும், மதிக்கும் பண்பாடு போன்றவை ஒரு நிறுவனம் வெற்றிபெற அவசியம் தேவைப்படுகிறது என்பதே நிறுவனங்களின் பன்முகத்தன்மை கொள்கைக்குக் காரணமாக இருக்கிறது.

திட்டமிடுதல், நடைமுறைப்படுத்துதல், முடிவுகள் எடுத்தல் என்று பலவற்றிலும் பன்முகத்தன்மை கொண்டு விளங்கும் அமைப்புகள் ஏனையவற்றைவிடச் சிறப்பாகச் செயல்பட முடியும்.

அப்படிப்பட்ட ஒரு மனநிலையைத் தருவதாகத்தான் யுத்த காண்டத்தில் கம்பன் எழுதியுள்ள இறைவணக்கப் பாடல் இருக்கிறது. இறைவன் இருக்கிறான் என்பவர்கள், இல்லை என்பவர்கள், இன்னவிதமாக உள்ளவன் என்பவர்கள், வேறுவிதமாக இருக்கிறான் என்பவர்கள் என்று அனைவரையும் ஏற்றுக்கொண்டு அதற்கான காரணங்களையும் சொல்லும் இந்தப்பாடல் வித்தியாசமான கடவுள் வாழ்த்துப்பாடல்.

2

தலைமைப் பண்புகள்

Leadership Qualities

இலக்கு நிர்ணயிக்க, திட்டமிட, ஒருங்கிணைக்க, ஊக்கம் தர, வழிநடத்த, கட்டுப்படுத்த என்று ஒன்றுக்கு மேற்பட்டவர்கள் சேர்ந்து இருக்குமிடங்களில் எல்லாம், தலைவர்கள் தேவைப்படுகிறார்கள்.

தலைவர் என்ற சொல் இருபாலரையும் குறிப்பதுதான்.

தலைமை என்பது ஒரு பதவி அல்ல. அது ஒரு பொறுப்பு. தலைமைக்கு என்று சில தகுதிகள் உண்டு. தலைவராக நியமிக்கப் படுபவர்கள் 'பார்மல் லீடர்ஸ்'. தானாக உருவாகிறவர்கள், மற்றவர்களால் தலைவனாக ஏற்றுக்கொள்ளப்படுபவர்கள் 'இன்பார்மல் லீடர்ஸ்'.

எல்லா பார்மல் தலைவர்களுக்கும் இது பொருந்துமோ இல்லையோ இன்பார்மல் தலைவர்களுக்கு நிச்சயம் பொருந்தும் அப்படிப்பட்டத் தலைவர்கள் சொல்லுக்கு மரியாதை இருக்கும். அவர்கள் பேச்சுக்கு முக்கியத்துவம் தரப்படும். அவர்களைப் பின்பற்றுபவர்கள் மரியாதையையும் அன்பையும் காட்டுவார்கள்.

அப்படிப்பட்ட ஒரு தலைவன்தான் தன்னுடைய பாட்டுடைத் தலைவன் ராமன் என்று, காவியம் படைத்த கம்பன் அவனது முதல் பாடலிலேயே மிக அற்புதமாகத் தெரிவிக்கிறான்.

உலகம் யாவையும், தாமுள ஆக்கலும்,
நிலைபெறுத்தலும், நீக்கலும், நீங்கலா
அலகிலா விளையாட்டுடையார் அவர்
தலைவர்; அன்னவர்கே சரண் நாங்களே.

பால காண்டம் - கடவுள் வாழ்த்துப்பாடல்

அவர் ஏன் தலைவர் என்பதற்கான காரணங்கள் ராமாயணம் முழுவதும் பரவிக்கிடக்கின்றன.

சிறந்த தலைவர்கள் அவர்களது தலைமைப் பண்புகளாலேயே அறியப்படுகிறார்கள். அப்படிப்பட்ட பண்புகள் இருப்பவர்கள் அனைவருமே போற்றுதலுக்கு உரியவர்கள்தான். அவர்கள் சுற்றியிருப்போரால் விரும்பப்படுகிறவர்கள்; மதிக்கப்படுகிறவர்கள். அப்படிப்பட்ட தலைமைப் பண்புகள் பல, கம்பராமாயணம் நெடுக பல்வேறு கதாபாத்திரங்கள் வழியாக வெளிப்படுகின்றன. அவற்றில் ஒரு சிலவற்றை மட்டும் கம்பன் காட்டும் தலைமைப் பண்புகளாக இங்கே பார்க்கலாம்.

——— கலந்து முடிவெடுக்கும் தலைமை ———

Participatory style of Leadership

தலைமைப்பண்பு பற்றிய ஆராய்ச்சிகளில் 'பிகேவியரல் ஸ்கூல்' என்று ஒன்று உண்டு. அந்தக் கோட்பாடுகளின்படி, தலைவன் அணுகுமுறையை வைத்து மூன்றுவிதமான தலைமைப் பாணிகள் (Leadership Styles) இருக்கின்றன என்பார்கள்.

முதல் பாணி, தலைவன் முடிவெடுப்பான், அறிவிப்பான். மக்கள் கேட்டுக்கொள்ளவேண்டும். அதன்படி நடக்கவேண்டும். இதன் பெயர் 'ஆட்டோகிராடிக்' - எதேச்சாதிகார பாணி.

இரண்டாவது வகையில், தலைவன் உடனிருப்பவர்களைக் கலந்து ஆலோசித்து முடிவெடுப்பான். இது 'பார்டிசிபேட்டிவ்' - ஜனநாயக பாணி.

மூன்றாவது வகையிலே, தலைவன் இருப்பான். ஆனால் மக்கள் முடிவெடுத்துச் செயல்படுவார்கள். இது 'டெலிகேடிவ்' அல்லது

‘பிஃரீ ரீய்ன்’ – Free rein - அல்லது Laissez Faire பாணித் தலைமை. தலைவனின் கட்டளைகள் மற்றும் வழிகாட்டுதல்களுக்காகக் காத்திராமல் அதுவாக வேலை நடக்கிற இடங்கள்.

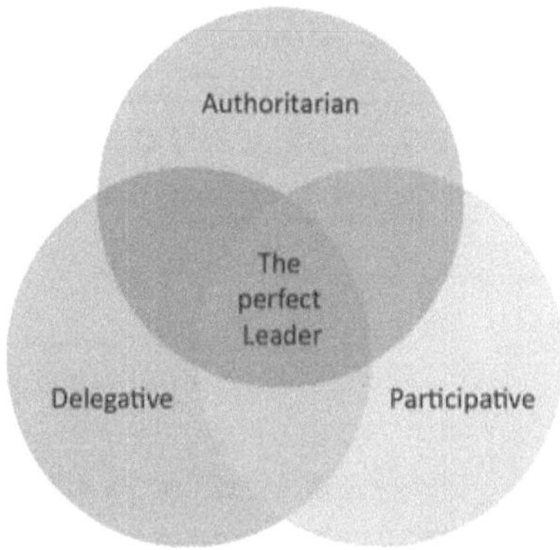

Styles of Leadership

கலந்து முடிவெடுக்கும் பண்பு ராமனிடம் அதிகம் இருந்கிறது. சீதையை ராவணன் தூக்கிச் சென்றுவிட்டான். தேடி இருக்குமிடம் தெரிந்து போரிட வந்திருக்கிறான் ராமன். அப்போது எதிரியின் முகாமிலிருந்து, எதிரியின் தம்பி வருகிறார். அண்ணனுக்கு எதிராக ராமனுடன் சேர்கிறேன் என்கிறார். ராமன் முடிவெடுக்க வேண்டும். அவன்தான் தலைவன்.

ஆனால், விபீடணனைச் சேர்த்துக்கொள்வதும் சேர்த்துக் கொள்ளாததும் ராமன் விருப்பம் என்பதுபோலவா அங்கே நடந்தது?

ராமன் நினைத்திருந்தால் ஒரு நொடியில் முடிவெடுத்திருக்கலாம். அவனோ அவதார புருஷன். வில்வீரன். படைத்தலைவன். காவியத்தலைவன். ஆனாலும் அவன் எடுக்கவேண்டிய முடிவு குறித்து, தன் கருத்தைக் கூறுமுன்னர், அல்லது தான் முடிவெடுக்கும் முன்னரேகூட, அனைவரையும் கலந்து ஆலோசிக்கிறான். சுக்கிரீவன், அங்கதன், ஜாம்பவான், நீலன், சரபன், அனுமன் என்று ஒவ்வொருவரிடமும் யோசனை கேட்கிறான்.

என்ன ஓர் உண்மையான கலந்து ஆலோசித்தல்! என்ன ஒரு கலந்து முடிவடுக்கும் Participative style of Leadership! எப்படிப்பட்ட தலைமைப் பண்பு!

இது மட்டுமல்ல. எல்லோர் சொன்னதையும் கேட்ட பிறகு, 'சரி... இப்போது நான் முடிவைச் சொல்கிறேன்' என்று ஒற்றை வாக்கியத்தில், விபீடணனைச் சேர்த்துக்கொள்ளலாம் என்று ராமன் அறிவிக்கவில்லை!

விபீடணன் நல்லவன். அவனைச் சேர்த்துக்கொள்ளவேண்டும் என்று அனுமன் பேசியதைப் பாராட்டிவிட்டு, எல்லோரையும் பார்த்து, 'இனி நான் சொல்வதைக் கேளுங்கள்' என்று அவன் தனது முடிவை காரண காரியங்களுடன் விளக்க அல்லவா செய்கிறான்!

சிபிச் சக்ரவர்த்தி நீதிக்காகச் செய்தது, தேவர்களுக்காகச் சிவபெருமான் ஆலகால விஷத்தை அருந்தி உதவியது, 'கபோதோபாக்கியானம்' எனப்படும், தன்னைப் பிடித்து வந்த வேடனின் குளிரைப் போக்க தன்னுயிரைத் தந்த புறாவின் கதை, கஜேந்திரனுக்கு ஆதிமூலமாகிய பெருமாள் உதவியது, மார்கண்டேயனுக்குச் சிவபெருமான் உதவிக்கு வந்தது போன்ற கதைகளை எல்லாம் ஒவ்வொன்றாகச் சொல்லி, அபயம் கேட்டு வந்தவர்களுக்கு நாம் உதவவேண்டும், அது நமது கடமை என்றல்லவா முடிக்கிறான்.

தான் முடிவெடுக்கும் அதிகாரத்தில் இருந்தாலும், அந்த முடிவு மிகச் சரியானதாகவே இருந்தாலும் அதனால் தாக்கம் பெறக்கூடியவர்களுக்கு (Stake holders those who will get impacted), ராமன் பொறுமையாக, நியாயம் புரியும்படி, விளக்குகிறான். இது ஒரு தகவல்.

இதிலுள்ள மற்றொரு கவனிக்கவேண்டிய மேலாண்மைத் தொடர்பான தகவல், தலைவர்கள் அவர்கள் சொல்லவரும் விஷயங்களை மற்றவர்களுக்கு எளிதில் புரிய வைக்க, கதை சொல்லும் - Story telling - என்ற வழிமுறையைக் கையாள வேண்டும் என்பார்கள். ராமன் செய்ததாக கம்பன் சொல்வது அதைத்தான்.

தீர விசாரித்து முடிவுக்கு வருவது

Finding out the facts before making decisions

தலைமையிடங்களில் இருப்பவர்கள், எடுத்தேன் கவிழ்த்தேன் என்று அவசரக் கோலத்தில் முடிவுகள் எடுக்கக்கூடாது. அதேபோல 'கண்டதே காட்சி' என்று எந்த ஒரு விஷயத்தைப்பற்றியும்

சரியாகத் தெரிந்துகொள்ளாமல், உடனடியாக எந்த ஒரு முடிவுக்கும் வந்துவிடக்கூடாது.

'கண்ணால் காண்பதும் பொய், காதால் கேட்பதும் பொய். தீர விசாரிப்பதே மெய்' என்பதற்கு ஒப்ப, மேல் விவரங்கள் கேட்டுப் பெற்றே முடிவுக்கு வரவேண்டும். இதைக் கம்பன் பல இடங்களில் அழுத்தம் திருத்தமாகச் சொல்கிறான்.

காட்டில் ராம லக்குவனரைக் கண்ட சூர்ப்பனகை, ராமனை விரும்புகிறாள். ராமன் அவளைப் பார்த்து 'நீ யார்?' என்று கேட்கிறார். தன் பெயர் காமவல்லி என்கிறாள். அவள் நடவடிக்கையும் செயலும் சரியில்லை என்றாலும் ராமன், உடனடியாக அவள்பற்றி ஒரு முடிவுக்கு வந்துவிடவில்லை – not jumping to conclusion - மேலும் விசாரிக்கிறார்.

உனக்கு அழகிய தோற்றம் வந்தது எப்படி? என்று கேட்கிறார் – பாடல் 2771; ஏன் தனியாக வந்தாய்? என்று விசாரிக்கிறார் - 2773; என்ன காரியமாக வந்தாய் என்றும் வினவுகிறார்.

அன்னவள் உரைத்தலோடும்,
ஐயனும், 'ஆறிதற்கு ஒவ்வா
நன்னுதல் மகளிர் சிந்தை;
நன்னெறிப்பால அல்ல;
பினிது தெரியும்' என்னா
'எய்வளைத் தோளி! என்பால்
என்ன காரியத்தை? சொல்; அஃது
இயையுமேல், இழைப்பல்' என்றான்.

ஆரண்ய காண்டம் - சூர்ப்பனகை சூழ்ச்சிப் படலம் - 2775

அதிகரித்த ஆசையில் தவறாக நடந்துகொள்ள சூர்ப்பனகை முயற்சிக்க, லக்குவன் அவள் மூக்கை வெட்டி விடுகிறான். அண்ணன் ராவணனிடம் ஓடி வருகிறாள். கோபாவேசமாக முறையிடுகிறாள்.

ராமன் என்ற தலைவன் செய்தது போன்றதொரு விசாரிப்பை இலங்கை மன்னன் ராவணனும் செய்வதைக் கம்பன் காட்டுகிறான்.

ஆயிடை எழுந்த சீற்றத்து அழுந்திய துன்பம் மாறி
தீயிடை உகுத்த நெய்யின், சீற்றதிற்கு ஊற்றம் செய்ய,
'நீஇடை இழைத்த குற்றம் என்னைகொல், நின்னை, இன்னே,
வாயிடை இதழும் மூக்கும் வலிந்து அவர் கொய்ய?'என்றான்.

ஆரண்ய காண்டம் - சூர்ப்பனகை சூழ்ச்சிப் படலம் - 3132

‘அவர்கள் உன்னை இப்படிப் பங்கப்படுத்த என்ன காரணம்? நீ என்ன செய்தாய்?’ என்று கேட்கிறான். இத்தனைக்கும் ராவணன் அகம்பாவம் படைத்தவன். அசுரர்களின் அரசன். அப்படிப்பட்டவனுடைய சொந்தத் தங்கையான சூர்ப்பனகை மூக்கும் வாயும் அறுபட்டு ரத்தத்துடன் வந்து சபையில் அரற்றுகிறாள். ஆனாலும் உடனே கோபப்பட்டுக் கொந்தளித்து எழாமல், முதலில் அந்நிகழ்வுக்குக் காரணம் கேட்கிறான் ராவணன். கண்ணால் காண்பதும் பொய், காதால் கேட்பதும் பொய். தீர விசாரிப்பதே மெய் என்பதைக் கடைப்பிடிக்க வேண்டும் என்பதைத்தான் ராவணன் மூலமாகவும் கம்பன் வலியுறுத்துகிறான்.

அதிலும் கடைசி வரியில் ராவணன் வாயிலாகக் கம்பன், ‘வலிந்து கொய்ய’ என்று கேட்கிறான். அவர்களாகவா செய்வார்கள்? என்று ராவணன் கேட்பதாகச் சொல்கிறான். வலிய என்பது வீண் வம்பு இழுப்பது போன்றது.

——— பொறுப்பு ஏற்றுக்கொள்ளுதல் ———

Taking personal responsibility

‘வெற்றிக்குப் பல சொந்தக்காரர்கள்; தோல்வி ஓர் அனாதை’ என்பார்கள். தவறு நடந்துவிட்டபின், அது யாரால் ஏற்பட்டது என்பதை, தன்னை தவிர்த்துவிட்டு யோசிப்பதுதான் மனித இயல்பு. ஆனால் அது சாதாரணர்களின் வழக்கம். அதனால் விளைவது குழப்பம், விவாதம், தாமதம் மற்றும் மனவருத்தம் ஆகியவைகளாகத்தான் இருக்கும்.

ஆனால் சிறந்த தலைமைப்பண்பு உள்ளவர்களின் செய்கைகள் இச்சமயத்தில் வேறுவிதமாக இருக்கும். பிரச்னைகளுக்கு அல்லது தோல்விகளுக்கு அவர்கள் பொறுப்பு எடுத்துக்கொள்ளுவார்கள். அடுத்தவர்மீது பழி சுமத்த மாட்டார்கள். அதன் விளைவு ஆக்கப்பூர்வமானதாக இருக்கும். அங்கே இணக்கம் உருவாகும். சிக்கலைத் தீர்க்கக்கூடிய தீர்வு தென்படும்.

ராமாயணத்தில் முக்கியமானதொரு கட்டம், திருப்பு முனை நிகழ்வு, காட்டில் இருந்த சீதையை ராவணன் தூக்கிச் சென்றுவிடும் நிகழ்வு.

அத்தனை பெரிய வில்வீரர்களான ராம லக்குமணர்கள் இருக்குமிடத்தில் இருந்து, அது ராவணனே ஆனாலும் சீதையைத்

தூக்கிச் செல்லுவது சாத்தியமா? முடியவே முடியாது. ராவணனுக்கும் அது தெரியும். அதனால்தான், ராவணன் மந்திர தந்திரங்கள் அறிந்த அவனது மாமனான மாரீசன் உதவியை நாடுகிறான். ஏதாவது சூழ்ச்சி செய்து இதை சாத்தியமாக்கு என்று கேட்கிறான்.

மாரீசன், அவர்களுடைய திட்டப்படி, கண்ணைக் கவரும் ஒரு அழகிய மானாக சீதை முன் துள்ளி ஓடி ஆட, அவர்கள் எதிர்பார்த்ததுபோலவே சீதை அந்த மானைப் பிடித்துத் தருமாறு ராமனிடம் கேட்கிறாள். ராமனும் அதற்கு முயற்சிக்க, அது ராமன் கையில் அகப்படாமல் தொடர்ந்து ஓடி வேடிக்கை காட்டுகிறது. லக்குவன், மானின் தோற்றத்தையும் அதன் நடவடிக்கைகளையும் வைத்து அது நிஜ மான் அல்ல என்றும் அதில் ஏதோ மாயம் இருக்கிறது என்றும் அண்ணனை எச்சரிக்கிறான்.

சீதை விடுவதாக இல்லை. எனவே மானைப் பிடித்து சீதையின் ஆசையை நிறைவேற்றித் தரவேண்டும் என்ற எண்ணம் ராமனுக்கு வருகிறது. லக்குவனா, சீதையுடனே இரு. பார்த்துக்கொள். நான் எப்படியும் மானைப் பிடித்து வந்துவிடுகிறேன் என்று அந்த மாய மானின் பின்னே ஓடுகிறான்.

ராமன் கையில் அகப்படாமல் அவனை அலைக்கழித்தபடி வெகுதூரம் ஓடுகிறது மான். சரி, இனி இதை உயிருடன் பிடிக்கும் முயற்சி வேண்டாம். கொன்றாவது சீதையிடம் கொண்டு கொடுப்போம் என்று அம்பை எய்து மானைக் கொல்கிறான் ராமன்.

அம்பு தாக்கியதும், மான் உருவில் இருந்த மாரீசன் திட்டமிட்டிருந்தபடியே, ‘ஹே சீதா, ஹே லக்குவனா!’ என்று ராமன் குரலில் அவன் கத்துவது போலக் கத்தி உயிரை விடுகிறான். அப்படிக் கத்துவதன் மூலம், சீதையிடமும் லக்குவனிடமும் ராமனின் உயிருக்கு ஏதோ தீங்கு ஏற்பட்டுவிட்டது என்பது போன்ற அச்சத்தை உருவாக்குவதே மாரீசன் திட்டம். இப்படிச் செய்தால் அதன் மூலம், லக்குவனை சீதையிடம் இருந்து பிரித்து, சீதையை ராவணன் தூக்கிச் செல்ல உதவிடலாம்.

மாரீசனின் திட்டப்படியே எல்லாம் நடக்கிறது. ராமனின் குரல் கேட்டு சீதை தன் கணவனின் உயிருக்கு ஆபத்து என்று பயந்துபோகிறாள். அங்கே என்ன நடந்ததென்று லக்குவனைப் போய்ப் பார்க்கச் சொல்கிறாள். அண்ணனுக்கு எந்தத் தீங்கும்

ஏற்பட்டிருக்காது என்று லக்குவன் உறுதியாக எடுத்துச் சொல்கிறான். ஆனாலும் அவன் சொல்லைக் கேளாத சீதை, லக்குவன் போகாமல் இருப்பதற்கான நோக்கத்தைச் சந்தேகித்து அவனைத் தகாத வார்த்தைகளால் பேச, வேறு வழியின்றிப் புறப்படுகிறான் லக்குவன். வாசலில் ஒரு கோடு கிழித்து சீதை அதைத் தாண்ட வேண்டாம் என்று கேட்டுக்கொண்டு, சீதையை தனியே விட்டுவிட்டுச் செல்ல மனமின்றி அங்கிருந்து ராமனைத் தேடிப் போகிறான்.

திட்டமிட்டபடி ராவணன் துறவிக் கோலத்தில் வந்து தனியே இருக்கும் சீதையை மண்ணோடு பெயர்த்து எடுத்துப் போய்விடுகிறான்.

மாரீசன் கத்தியதைக் கேட்ட ராமன், இதைக் கேட்கும் சீதையும் லக்குவனும் அச்சப்படுவார்களே என்று யோசித்தபடியே பதற்றத்துடன் குடிலுக்குத் திரும்புகிறான். வழியில் லக்குவனைப் பார்த்துத் திகைத்து, அவனைக் கோபித்து, குடிலுக்கு ஓடோடி வந்து சீதை இல்லாததைக் கண்டு லக்குவனை ஏசுகிறான். அதன்பின் இருவருமாக சீதையைத் தேடுகிறார்கள்.

ஓரிடத்தில் சீதையைத் தூக்கிச்சென்ற ராவணனை வழி மறித்து பறவைகளின் அரசனும், தசரதனின் சினேகிதனுமான ஜடாயு, ராவணனுடன் போரிட்டு, சீதையைக் காப்பாற்ற முடியாமல் உயிரை விடும் நிலைக்குப் போகிறது.

தனக்காகப் போராடி உயிர் போகும் நிலையில் இருந்த ஜடாயுவைப் பார்த்து சீதை,

> 'நாண் இலேன் உரைகொடு நடந்த நம்பிமீர்!
> நீள்நிலை அறநெறி நின்று நின்றுளோர்க்கு எலாம்
> ஆணிய, உந்தையர்க்கு அமைந்த அன்பனை,
> காணிய வம்' எனக், கலங்கி விம்மினாள்.

ஆரண்ய காண்டம் - ஜடாயு உயிர் நீத்த படலம் - 3449

'வெட்கமில்லாதவளாகிய என்னுடைய சொல்லைக் கேட்டு, அதன்படி என்னை விட்டு அகன்று சென்ற ஆடவர்களில் சிறந்த லக்குவனே, நீண்ட நெடுங்காலமாக நிலைத்து நிற்கின்ற அறநெறியில் ஒழுகுபவர்க்கெல்லாம் அச்சாணி போன்றவனும், உங்கள் தந்தையாரான தசரத சக்ரவர்த்திக்கு அமைந்த நல்ல நண்பனுமானவனுமான இந்த ஜடாயுவுக்கு ஏற்பட்ட நிலையைப் பார்க்கவாவது வாருங்கள்' என்று அழுகிறாள், அரற்றுகிறாள்.

'என் சொல்லைக் கேட்டுத்தாமே நீ போனாய்' என்று குற்றத்தை தன் மேல் எடுத்துக்கொள்கிறாள். இது Taking Personal Responsibility.

சீதை அப்படிச் சொல்லும் அதே நேரம் ஆங்கே காட்டின் மற்றொரு பகுதியில் சீதையை ராவணன் கொண்டுசென்ற வழி அறியாது தேடிக்கொண்டிருந்த ராமன், சீதை எவ்வாறு நடந்த தவறுக்கு தன் மேல் பழியை ஏற்றுக்கொண்டாளோ அது போலவே சீதைக்கும் ஒருபடி மேலே போய் லக்குவனிடத்து,

'வந்தாய் திறத்தில் உளதன்று, குற்றம்; மடவாள் மறுக்கம் உறுவாள்,
சிந்தாகுலத்தோடு உரைசெய்த செய்கை அதுதீரும் என்று
தெளிவாய்;
முந்தே தடுக்க, ஒழியாது, எடுத்த வினையேன் முடித்த முடிவால்,
அந்தோ கெடுத்தது'என, உன்னி அழியாத உள்ளம்அழிவான்'
என்கிறான்.

ஆரண்ய காண்டம் - ஜடாயு உயிர் நீத்த படலம் - 3471

'சீதையை விட்டு வந்த நீயும் குற்றம் செய்தவன் அல்ல. சீதை என்னைத் தேடுமாறு உன்னை அனுப்பியதும் குற்றம் இல்லை. நீ முன்னரே மாயமான் என்று சொல்லியும் கேட்காமல் நான் செய்ததுதான் இதில் பிழையானது. அதனால்தான் இந்தத் தீங்கு நமக்கு வந்திருக்கிறது' என்றான். நடந்த தவறுக்கு தன்னையே பொறுப்பேற்றுக்கொள்கிறான்.

இது தலைவர்களின் ஒரு மிகச் சிறந்த பண்பு.

தலைமைப் பண்புகள்

Leadership qualities

ஒரு தலைவனாகப் பொறுப்பில் இருப்பவர்கள் என்னென்ன பண்புகளுடன் இருக்கவேண்டும் என்பதைக் கம்பன், வசிஷ்டன் ராமனுக்கு முடி சூட்டுவதற்கு முன் கூறிய வார்த்தைகள் மூலம் விவரிக்கிறான்.

இனிய சொல்லினன்; ஈகையன்; எண்ணினன்
வினையன்; தூயன்; விழுமியன், வென்றியன்;
நினையும் நீதிநெறி கடவான், எனில்
அனைய மன்னற்கு அழிவும் உண்டாம் கொலோ?

அயோத்தியா காண்டம் - மந்தரை சூழ்ச்சிப் படலம் - 1424

'ஒரு மன்னன், இனிய நல்ல சொற்களைச் சொல்பவனாகவும், ஏழைகளுக்கும், கேட்பவர்களுக்கும் கொடுப்பவனாகவும், எந்த வேலையைச் செய்வதற்கு முன்பும் அதைப்பற்றி நன்கு ஆராய்ந்து விட்டு அதில் இறங்குபவனாகவும், உடம்பை மட்டுமில்லாது உள்ளத்தையும் தூய்மையானதாக வைத்திருப்பவனாகவும், உயர்ந்த கருத்துகளை உடையவனாகவும், எடுத்த காரியங்களில் வெற்றி பெறுபவனாகவும், எல்லோரும் மதிக்கும்படி நீதிநெறி வழுவாதவனாகவும் இருக்கவேண்டும். அப்படி இருப்பவனுக்கு, தீங்கு, கேடு, அழிவு ஆகியவை வரமுடியுமா? (வரவே வராது)' என்று வசிஷ்டர் ராமனுக்குச் சொல்கிறார்.

தலைமை நிலையில் இருப்பவர் எப்படி இருக்க வேண்டும், எப்படி நடந்துகொள்ள வேண்டும் என்பதற்கு கம்பன் தரும் பட்டியல் இது.

——— நீதி நெறி ———

Ethics

எத்திக்ஸ் எனப்படும் நீதி நெறிகள் நிர்வாகத்தில், மேலாண்மையில் மிக முக்கியமான ஒன்று. நிறுவனத்தில் பணிபுரிவோரிடத்திலும், அரசினிடத்திலும், வாடிக்கையாளர் களிடத்திலும், சமுதாயத்திடமும் நிர்வாகம் செய்பவர்கள் எப்படி நடந்துகொள்ளவேண்டும், எப்படி நடந்துகொள்ளக்கூடாது என்றெல்லாம் இப்போதைய நடைமுறையில் விரிவாகவே பேசப்படுகின்றன.

அப்படிப்பட்ட நீதி நெறிசார்ந்த பல அணுகுமுறைகள் ராமாயணத்தில் பல இடங்களில் பரவிக்கிடக்கிறது. எடுத்துக் காட்டுகளாக சிலவற்றைக் காணலாம்.

ராமன் பின்பற்றாத நீதி நெறியா?

இலங்கையில் இறுதிக் கட்டபோர் நடக்கிறது. இந்திரஜித்தன் கும்பகர்ணன் எல்லாம் இறந்துபட்டாயிற்று. ராவணனே போருக்கு வந்தாயிற்று. போர் உக்கிரமாக நடக்கிறது. ராமனின் அம்பு மழையால் ராவணன் தாக்கப்படுகிறான். பின்பு அவன் ராமனின் தேர் ஓட்டுபவனாகிய மாதலியைத் தாக்குகிறான். தனது அறுபட்ட ஒரு கையை மாதலியின் மார்பு மீது வீசி எறிந்து மாதலியை நிலைகுலையச் செய்கிறான். தேர்ச் சாரதியை தாக்கக்கூடாது என்பது நெறி. ராவணன் அதைச் செய்கிறான்.

கோபம் கொண்ட ராமன், அம்புகளைப் பொழிந்து ராவணனின் கரிய உடல் முழுவதையும் மூடுகிறான். அதன் காரணமாக ராவணன் மயங்கி விழுகிறான். அப்போது ராவணனின் தேரை ஓட்டிக்கொண்டிருந்த தேர்ச்சாரதி, அவர்கள் தேரை ஓரமாக ஒதுக்கி நிறுத்துகிறான். ராமனும் வில் விடுவதை நிறுத்திவிட்டு என்ன நடக்கிறது என்று பார்க்கிறான்.

அப்போது ராமனின் தேர்ச் சாரதியான மாதலி ராமபிரானை நோக்கி,

'தேறினால் பின்னை யாதும் செய்தற்கு அரிது;
ஊறுதான் உற்றபோதே உயிர்தனை
நூறுவாய்' என, மாதலி நூக்கினான்;
ஏறு சேவகனும் இது இயம்பினான்.

யுத்த காண்டம் - ராவணன் வதைப் படலம்- 9875

இப்போது மூர்சித்துக்கிடக்கின்ற ராவணனைக் கொன்றுவிடுக. அவன் மூர்ச்சை தெளிந்தால் அவனைக் கொல்வது சிரமம் என்று சொல்கிறான் மாதலி. ராமனா அப்படிச் செய்வான்!

முடிவு மட்டுமல்ல, அதை அடைகிற வழிமுறைகளும் முக்கியம் என்பார் மகாத்மா காந்தி. அதேதான் இது. சூழ்ச்சி செய்யும் ராவணனைக் கொல்ல இது ஒன்றும் தவறான வழியல்ல என்று சமாதானம் சொல்லிக்கொள்ளலாம்... வஞ்சகமாகத் தன் மனைவியைத் தூக்கி வந்த ராவணன்மீது கோபம் கொப்பளிக்க, கிடைத்த நல்ல சந்தர்ப்பத்தைப் பயன்படுத்தி அவனைக் கொன்றிருக்கலாம். ஆனால், மாதலி சொல்லியும் ராமன் அதைச் செய்யவில்லை.

அப்படிச் சொன்ன மாதலிக்கு பதில் சொல்கிறான். 'போர்க்கருவிகளை எல்லாம் இழந்து, மயங்கிக்கிடக்கின்ற அவனைப் பார்த்த பின்னர், போர் முறையின் ஒழுக்க நெறிகளைவிட்டு அவனைக் கொல்வது பெருமைக்குரிய செயல் அல்ல. என் மனம் இப்போது போர் செய்யும் நிலையில் இல்லை.'

'படை துறந்து, மயங்கிய பண்பினான்,
இடை பெறும் துயர் பார்த்து, இகல் நீதியின்
நடை துறந்து, உயிர்கோடலும் நன்மையோ?
கடை துறந்தது போர், என் கருத்து'என்றான்.

யுத்த காண்டம் - ராவணன் வதைப் படலம்- 9876

கொல்லத்தான் வேண்டும். அதற்காகத்தான் இவ்வளவும். ஆனாலும், அதில் ஒரு வழிமுறையைக் கடைபிடிக்க வேண்டும் என்பதால்தான், ராமன் அப்படிச் செய்யவில்லை.

Out of My Later Years என்ற புத்தகத்தில், 'எப்படியெல்லாம் செய்யலாம் என்பதில் மிகத்தேர்ந்தவர்களாகவும், (ஆனால்) அடைய வேண்டியவை எவை என்பதில் தெளிவில்லாதவர் களாகவும் நம் காலத்தவர் இருப்பதாக நான் கருதுகிறேன்' எனும் பொருள்பட, Perfection of means and confusion of goals seem, in my opinion, to characterize our age என்பார் விஞ்ஞானி ஆல்பர்ட் ஐன்ஸ்டன்.

முடிவு நல்லதாக இருக்கும் என்பதாலேயே எதை வேண்டு மானாலும் செய்யக்கூடாது என்பதுதான் நீதிநெறி, எத்திக்ஸ். ராமன் வாயிலாகக் கம்பன் காட்டுவது அதைத்தான்.

——— மற்றுமொரு வாய்ப்புக் கொடுப்பது ———

Giving chance one more time

ஏற்கெனவே அனுமன் ராவணனுடைய ராஜசபைக்குப் போயிருக்கிறான், சீதையை விட்டுவிடும்படிக் கேட்டிருக்கிறான். ராவணன் திருந்துவதாக இல்லை. பிறகு ராமன் படையோடு வந்தாயிற்று. ஆனாலும் போரைத் தொடங்குவதற்கு முன்னால் ராவணனுக்கு மற்றுமொரு வாய்ப்புக் கொடுக்கவேண்டும் என்று ராமனுக்குத் தோன்றுகிறது, 'தூதுவன் ஒருவனை அனுப்பி சீதையை விட்டுவிடு என்று கேட்போம். மறுத்தால் போரிட்டுக் கொல்வோம். அதுதான் போருக்கு உரிய நீதி முறை' என்கிறான்.

> 'தூதுவன் ஒருவன் தன்னை, இவ்வழி விரவில் தூண்டி,
> 'மாதினை விடுதியோ?' என்று உணர்த்தவே, மறுக்கும் ஆகின்,
> காதுதல் கடன் என்று, உள்ளம் கருதியது; அறனும் அஃதே;
> நீதியும் அஃதே;'என்றான் கருணையின் நிலையம் அன்னான்.

யுத்த காண்டம் - அங்கதன் தூதுப் படலம் - 6975

தலைவர்களுக்கு இருக்கவேண்டிய பண்பு என்று பார்த்தால், எந்தச் சூழ்நிலையிலும் முறையை (process) பின்பற்றுவது; ஒவ்வொரு கட்டத்திலும் எதிர் தரப்பிற்கு, போட்டியாளருக்குப் போட்டியைத் தவிர்த்து வீண்விரயத்தை விலக்க வாய்ப்புக் கொடுப்பது. இதைத்தான் ராமன், அங்கதனைத் தூது அனுப்பலாம் என்று முன்மொழிவதன் மூலம் செய்கிறான் எனக் கொள்ளலாம்.

இப்படிப்பட்ட தலைவர்கள்தான் எதிர்முகாமில் இருப்பவர்களாலும் மதிக்கப்படுகிறார்கள்.

——— ஆழமான மதிப்பீடுகள் ———

Deep rooted values

ராமன் இப்படிச் சொல்லியதும், விபீடணனும் சுக்கிரீவனும் மற்றவர்களும், 'ராமா! இது நல்ல செயல்தான்' என்று சொல்கிறார்கள். என்ன ஆனாலும் அவர்கள் வேற்று மனிதர்கள், வேற்று இனத்தவர். ஆனால் லக்குவன் அப்படியா? ராமனின் உடன் பிறந்த லக்குவனுக்கு மீண்டும் தூதனுப்பவோ, எதிரிக்கு மற்றொரு வாய்ப்பை ராமன் கொடுக்கச் செய்வதிலோ கொஞ்சமும் சம்மதமில்லை.

தான் தாயாக மதிக்கும் தனது அண்ணியாரைத் திருட்டுத்தனமாக தூக்கிச் சென்று, பத்து மாதங்களாகச் சிறைவைத்திருக்கும் அரக்கனைக் கொல்ல வந்துவிட்டு, இன்னும் என்ன தூது செல்வது என்று அவனுக்குக் கோபம். இனிமேலும் நாம் அவனைக் கொல்லாமல் விட்டுவைத்தால் நமக்குத்தான் இழுக்கு என்கிறான். விபீடணன் உட்பட பலருக்கும் வாக்குக் கொடுத்திருக்கிறாயே அவையெல்லாம் என்ன ஆகும் என்று கேட்கிறான். மேலும், தூது செல்ல வேண்டாம் என்பதற்கு இன்னும் பல்வேறு காரணங்களையும் லக்குவன் அடுக்குகிறான்.

இவையெல்லாம் ராமனுக்குத் தெரியாதவையா என்ன! தெரியும். அவனுக்கு உணர்வு இருக்காதா என்ன? இருக்கும். ஆனாலும், ராமன் இதற்கு என்ன பதில் சொல்கிறான் தெரியுமா?

> 'அயர்த்திலென்; முடிவும் அஃதே; ஆயினும்; அறிங்கர் ஆய்ந்த
> நயத்துறை நூலின்நீதி நாம் துறந்து அமைதல் நன்றோ?
> புயத்துறை வலியரேனும், பொறையொடும் பொருந்தி வாழ்தல்,
> சயத்துறை; அறனும் அஃதே' என்று இவை சமையச் சொன்னான்.

யுத்த காண்டம் - அங்கதன் தூதுப் படலம் - 6981

தூது அனுப்பி வாய்ப்புக் கொடுப்பதுதான் அரச நீதி. அதை நாம் பின்பற்றவேண்டும் என்று சொல்கிறான். கற்றுக்கொடுக்கப்பட்ட நீதி நெறிமுறைகளைத் தவறாது கடைபிடிப்பது நியாயம்தான். அதைச் செய்ய வேண்டியதுதான். ஆனால், பகைவனின் அநியாயமான செயலால் தனக்கு வருத்தம் ஏற்பட்டிருக்கும் நிலையிலும், தான் அவனால் பாதிக்கப்பட்டிருக்கும்போதும் அதைச்

செய்பவன் உயர்ந்தவன்தானே. அதுதான் ராமன். அவன்தான் தலைவன்.

அசௌகர்யமான நேரங்களில் மற்றும் சிக்கலான தருணங்களில் ஒருவர் நடந்துகொள்ளும் விதம்தான் அவரது உண்மையான குணாதிசயம் என்பார்கள். எந்த ஒரு சமயத்திலும் நீதி நெறிகளைத் தவறாமல் கடைபிடிக்கவேண்டும் என்கிற எண்ணம் ஒருவரது மனதில் ஆழமாக ஊறியிருந்தால் மட்டுமே இது சாத்தியம். ராமனிடம் இருப்பதாக கம்பன் எழுதுகிறான்.

'இன்று போய் போருக்கு நாளை வா!'

போர் என்று வந்த பின்னர், எதிரியை அழிப்பதுதானே நோக்கம். அதன்படியே போர் நடக்கும்போது, ராமனின் அம்புகளால் ராவணனின் படை மற்றும் ஆயுதங்கள் அழிகின்றன. ஒருநாள் போர் முடிவில் அனைத்தையும் இழந்து ராவணன் தனியனாக, ஆயுதங்கள் ஏதும் இன்றி நிற்கிறான். அவனிடம் ராமன் சொல்கிறான்,

> 'ஆள் ஐயா! உனக்கு அமைந்தன மாருதம் அறைந்த
> பூளை ஆயின கண்டனை; இன்று போய்ப் போர்க்கு
> நாளை வா!'என நல்கினன் - நாகு இளங்கமுகின்
> வாளை தாவுறு கோசல நாடுடை வள்ளல்.

யுத்த காண்டம் - முதற்போர் புரிபடலம் - 7271

'மூவுலகையும் அரக்கர்களையும் கட்டி ஆள்கின்ற மாட்சிமை பொருந்திய ஐயனே! உன்னுடன் நீ அழைத்துவந்த பெரிய படைகள் எல்லாம், பெருங்காற்றினால் மோதித் தாக்கப்பட்ட பூளைப் பூக்களைப் போலக் கீழே விழுந்து அழிந்து போனதை நீயே உன் கண்களால் நேரில் கண்டிருக்கிறாய். இப்போது உன்னிடம் படைபலமோ, ஆள் பலமோ எதுவும் இல்லை. தன்னந்தனியனாய் நிற்கிறாய்... எனவே இன்று இப்படியே உன் அரண்மனைக்குத் திரும்பிச் சென்று, நாளை என் எதிரே வந்து நின்று போர் செய்யத் தயாராக வருவாயாக!' என்கிறான்.

போர்க்களத்திலும் பின்பற்றப்படும் நீதிநெறிமுறை.

போட்டியாளருக்கு வாய்ப்பு

நம் நாட்டில் MRTP ACT என்று ஒரு சட்டம் இருக்கிறது. The Monopolistic and Restrictive Trade Practices Act, *1969*

என்பது அதன் முழுப்பெயர். பின் காம்படீஷன் ஆக்ட் 2002 என்று மாற்றியமைக்கப்பட்டது. எந்தத் தனி நபரோ நிறுவனமோ சிலவற்றை தனது தனியுரிமை உடமையாக ஆக்கிக்கொண்டு விடக்கூடாது என்கிற நோக்கில் உருவாக்கப்பட்டது.

ஒரு நிறுவனம் மற்றொரு நிறுவனத்தின் போட்டியிடும் வல்லமையைக் குறைக்கும் வண்ணம் செயல்படக்கூடாது என்பது அதன் முக்கிய குறிக்கோள். அப்படிச் செய்வதை ரெஸ்ட்டிரிக்டிவ் டிரேட் பிராக்டிஸ் - Restrictive trade practices - என்று அந்தச் சட்டம் சொல்லும். போட்டியாளரைத் தடுப்பது, கெடுப்பது மற்றும் கட்டுப்படுத்துவது - Preventing, distorting or restricting competition in any manner - போன்றவை சில குறிப்பிட்ட வியாபாரங்களில் இருக்கக்கூடாது என்பது, இந்தக் காலத்தைய சட்டம். இப்படிப்பட்ட சட்டம் இந்தியா தவிர ஏனைய பல நாடுகளிலும் உண்டு.

ராவணனை இங்கே ராமனுக்குப் போட்டியாளனாக நினைத்துப் பார்த்தால், ராமன் அவனாக முன்வந்து, போட்டியாளன் முழு பலத்துடன் இருக்கும் நிலையில் அவனுடன் மோதுவதே நியாயம் என்று எண்ணி, அவன் பலமிழந்து நிற்கையில் அவனைக் கொல்லாமல் விட்டு, நீ திரும்பிப் போகலாம் என்று சொல்கிறான்.

எதிரிக்கும் மதிப்பளிப்பது. முடிவை அவனே தீர்மானிக்கும்படி விட்டுவிடுவது. இதைத்தான் ராமன் செய்கிறான். 'அவர் தலைவர்' என்று கம்பன் ராமனைச் சொன்னது எவ்வளவு சரி என்று காட்டும் மற்றொரு இடம் இது.

பகைவனுக்கும் அருள்வாய்

'இன்று போய் நாளை வா' என்று ராமன் கூறி அனுப்பிய மறுநாள் ராவணன் மீண்டும் போர்க்களத்துக்கு வருகிறான். இருவருக்கும் சண்டை நடக்கிறது. இறுதியாக ராமனின் பாணத்திற்கு இரையாகிறான். ராவணன் இறந்து கிடக்கிறான். அப்போது ராமன் விபீடணனைப் பார்த்து, 'ராவணன் மானுடனான கார்த்த வீர்யார்ச்சுனன் என்ற மன்னனால் சிறைபிடிக்கப்பட்டவன் என்று நான் கேள்விப்பட்டதுண்டு. அப்படிப்பட்டவனைக் கொன்றதால் எனக்குப் புகழ் ஒன்றும் இல்லை, இழுக்குதான்' என்கிறான்.

அதற்கு விபீடணன், 'ராமா இப்படி உன் நற்பெயருக்குக் களங்கம் வரும்விதமாகப் பேசாதே. ராவணன் சீதையைத் தூக்கிவந்த

குற்றத்துக்காகத்தான் இப்படி உன்னிடம் தோற்றுப்போய் இறந்து விட்டிருக்கிறானே தவிர, இவனை வேறு எவராலும் வெல்ல முடியுமா என்ன? முடியவே முடியாது. அதனால், நீ இவனைக் கொன்று பெற்றிருக்கும் வெற்றி மிகப்பெரிய வெற்றிதான்' என்று சொல்கிறான்.

இப்படி ராவணனை ராமன் கொன்றதை, விபீடணன் பெருமையாகப் பேச, பதற்றப்படும் ராமன், 'வீடணா என்ன இது? ஒருவர் இறந்துபோன பின்பு அவர்களிடம் தொடர்ந்து பகைமை கொள்ளுதல் முறைமை இல்லை. எனவே நீ ராவணனுக்குச் செய்யவேண்டிய ஈமக் கடன்களை எல்லாம் நீதி நூல்களில் சொல்லியுள்ள முறைமை மாறாமல் செய்யத் தொடங்குவாயாக' என்றான்' என்கிறார் கம்பர்.

> 'அன்னதோ? 'என்னா, வீரன் ஐயமும் நாணும் நீங்கி,
> தன்னதோள் இணையை நோக்கி, 'வீடணா! தக்கதென்றால்;
> என்னதோ இறந்துளான் மேல் வயிர்த்தல்? நீ இவனுக்கு ஈண்டு
> சொன்னதோர் விதியினாலே, கடன்செயத் துணிதி' என்றான்.
>
> *யுத்த காண்டம் - ராவணன் வதைப் படலம் - 9917*

மக்களுடன் பழகும் திறன் (People skills) என்பது மக்களைக் கவரும், நல்லுறவு பேணும், நம்பிக்கையைப் பெறவைக்கும் ஒரு திறன். அந்த பீபிள் ஸ்கில்லில், வருத்தங்களை மனதில் வைத்துக்கொள்ள வேண்டாம் எனும் பொருள்பட do not carry the ill feelings என்பார்கள். 'நன்றல்லது அன்றே மறப்பது நன்று' என்று வள்ளுவர் சொன்னது போல.

ராவணன் மிக மோசமான எதிரியானாலும்கூட, அவன் கதை முடிந்தபின் அவனுக்குக் கிடைக்கவேண்டியவைகள் அனைத்தும் கிடைக்கவேண்டும் என்று ராமன் நினைக்கிறான். அதற்கு அவனே முயற்சி எடுக்கிறான்.

விபீடணனிடம் ராவணனுக்கு இறுதிக் கடன்கள் செய்யச் சொல்கிறான். அதைச் செய்ய அவன் குடும்பத்தில் மண்டோதரி தவிர எவரும் இல்லை. அக்கு குமாரன், கும்பகர்ணன், இந்திரஜித்தன் என்று எல்லோரும் இறந்துவிட்டார்கள். ராமன் பக்கம் வந்துவிட்ட விபீடணன் மட்டுமே ராவணனுக்கான இறுதிக் கடன்கள் செய்யமுடியும் என்பதால் ராமனே நினைந்து, முனைந்து சொல்கிறான், 'விபீடணா அண்ணனுக்கான காரியங்களை நீ செய்!' என்று.

அதையும் எப்படிச் சொல்கிறான்? நீதி நூல்களில் சொல்லி இருக்கும் முறைமைப்படிச் செய் என்று சொல்கிறான். தனக்கு மிகப்பெரியக் கொடுமையும் தீங்கையும் செய்தவனுக்கு, தன் பக்கம் வந்துவிட்டனைப் பார்த்து அவனுக்கு எல்லாம் சரியாகச் செய் என்று சொன்னால், அந்த மனம் எப்படிப்பட்ட மனம்! பகைவனுக்கும் அருள்வாய் நன்னெஞ்சே என்று சுப்ரமணிய பாரதி பின்னாளில் பாடியதைப்போல, பகைவனுக்கும் அருளியவன் ராமன்.

இப்படிப்பட்டத் தலைமைக்கானக் குணங்களைப் பெற்றிருப்பவன் என்பதால்தானோ, காவியம் படைக்கும் முன்னரே கடவுள் வாழ்த்துப் பாடலில், அவர் தலைவர் என்றான் கம்பன் என்று நினைக்க வைக்கும் இடம் இது.

அனுமன் இலங்கையில் சீதையைத் தேடுகிறான். பார்த்தும் விடுகிறான். அதன்பின் கிளம்பவேண்டும். ஆனால், அதற்குமுன் ராவணனுக்கு, ராமனுடைய தூதனாக தான் இலங்கைக்கு வந்திருக்கும் செய்தியைச் சொல்ல விரும்புகிறான். எனவே சீதை சிறை வைக்கப்பட்டிருந்த அசோகவனத்தை அழித்து... அட்டகாசம் செய்கிறான். ராவணனின் படைவீரர்களும் தலைவர்களும் வந்து அனுமனைப் பிடிக்க முயலுகிறார்கள். அவர்களுள் முக்கியமானவன் சம்புமாலி.

கடுமையான போரில் தனி ஒருவனாக சம்புமாலியுடன் வந்த அரக்கர்களை அழித்துவிட்ட அனுமன், சம்புமாலியிடம் 'நீ தனித்திருக்கிறாய். இப்போது, நீ சென்று வருவாயாக' என்கிறான்.

> ஏதிஒன்றால்; தேரும் அஃதால்; எளியோர் உயிர்கொடல்
> நீதிஅன்றால்; உடன்வந்தாரைக் காக்கும் நிலை இல்லாய்!
> சாதி; அன்றேல் பிறிதுஎன் செய்தி? அவர்பின் தனி நின்றாய்;
> போதி; என்றான்; பூத்தமரம்போல் புண்ணல் பொலிகின்றான்.

சுந்தர காண்டம் - சம்புமாலி வதைப் படலம் - 5592

'இப்போது உன்னிடம் தேர் இல்லை, உன்னுடன் வந்தவர்கள் இல்லை. தனியாக நிற்கிறாய். உன்னை இப்படிக் கொல்லுதல் நீதியில்லை. போ.' அவ்வளவு பிரச்னையிலும்... ராமனிடம் மட்டுமில்லை, அனுமனிடமும் அதே அணுகுமுறைதான் காணப்படுகிறது. போர் என்றாலும் அதிலும் நீதி நெறி. 'எதிக்ஸ்' காட்டுகிறான் கம்பன்.

எந்தச் சூழ்நிலையிலும் அதிகார அடுக்குகளை மதித்தல்

Respecting hierarchy under any circumstances

அசோகவனத்தில் சிறை வைக்கப்பட்டிருக்கும் சீதாதேவியைக் கண்டுவிட்ட அனுமன் ராவணன்மீது சினம்கொண்டு, அவனுக்கு அந்தச் செய்தியைத் தெரிவிக்கும்விதமாக அசோகவனத்தை துவம்சம் செய்கிறான். இதைப்பார்த்த காவலர்கள் அனுமனைச் சிறைப்பிடிக்க நினைக்கிறார்கள். ராவணன் பக்கமிருந்து அனுமனுடன் போரிட, அவனைப் பிடிக்க வருகிறார்கள். முதலில் யார் வருகிறார்கள்?

முதலில் அரக்கர்கள் வருகிறார்கள், மடிகிறார்கள். அடுத்து அவர்களைவிடப் பெரிய அதிகாரத்தில் உயரத்தில் இருக்கும் ஜம்புமாலி வருகிறான், மாய்கிறான். அடுத்து வருபவர்கள் அதற்கும் அடுத்த உயரிய நிலையில் இருக்கும் ஐந்து படைத் தலைவர்கள். அவர்களையும் அனுமன் கொன்றுவிட, அதன்பிறகு வருபவன் அக்ககுமாரன். அவனும் இறந்துபட, அதன்பின்தான் வருகிறான் இந்திரஜித்தன்.

எல்லாவற்றுக்கும் பிரதமரே பதில் சொல்லவேண்டுமா? எல்லாவற்றையும் பொது மேலாளர் போன்ற முதன்மை அதிகாரியே செய்ய வேண்டுமா? முடியும்தான். ஆனாலும்... அப்படிச் செய்யக்கூடாது என்பதைத்தான் கம்பன் இங்கே காட்டுகிறான்.

தன்னால் முடியும் என்று எல்லாவற்றுக்கும் உயர்நிலைப் பொறுப்பாளர்கள் முன்னால் வரலாகாது. அவர்களால் சுலபமாக முடிக்க இயலலாம். அதற்காக எல்லாவற்றுக்கும், எடுத்த உடன் அவர்களே வந்தால், காரியங்களைச் செய்தால் மற்றவர்கள் எதற்காக? அவர்களுக்குப் பயிற்சி கிடைக்குமா? திருப்தி கிடைக்குமா? அவர்களின் சுயமதிப்பு (செல்ப் எஸ்டீம்- Self-esteem) என்னாவது?

ராவணன் சீதையை தூக்கிப் போய்விட்டான். சீதை இருக்குமிடம் தெரியவில்லை. ராமன் கலங்கிப் போயிருக்கிறான். பலரும் தேடப்போகிறார்கள். அனுமனைக் கடல் கடந்து இலங்கைக்குப் போகச் சொல்கிறான் ஜாம்பவான். அனுமன் போகிறான். பெரிய முயற்சிக்குப் பின் அவன் சீதையைக் கண்டுவிடுகிறான். அவளிடம் பேசி அவளுக்கு ஆறுதல் சொல்லிவிட்டு, பின்

ராவணனையும் அவனது சபையிலேயே சந்தித்து, எச்சரிக்கை விடுத்துவிட்டு, சீதை எங்கே என்று ஆவலுடன் காத்திருக்கும் ராமனைப் பார்க்கப் பறந்து வருகிறான்.

அனுமன் செய்து முடித்திருப்பது எவரும் கற்பனைகூட செய்துபார்க்க முடியாத செயல். அவன் கொண்டுவரும் செய்தியோ, ராமனுக்கும் ஏனையோருக்கும் வயிற்றில் பால் வார்க்கும் செய்தி. அப்படி வந்தவன், செய்தி சொல்ல நேராக ராமன் இருக்குமிடத்திற்குச் செல்லவில்லை. அவன் எங்கிருந்து புறப்பட்டானோ அந்த புறப்பட்ட இடத்திற்குத்தான் முதலில் வருகிறான். அங்கேயிருந்துதான் அவனை ஜாம்பவானும், நீலனும் அங்கதனும் இலங்கைக்கு அனுப்பி வைத்தார்கள். எனவே அங்குதான் முதலில் வருகிறான். இது ஒரு செய்தி.

சிலர், அவர்களுக்கு முக்கியத் தகவல்கள் கிடைத்துவிட்டால், அதுவும் பெரிய இடத்திற்குத் தேவைப்படும் தகவல்களாக இருந்தால், அதை தாங்களே நேரடியாக அதுவும் உடனடியாக மேலிடத்திற்குத் தெரிவிக்க முயல்வார்கள். இடையில் இருக்கும் அவர்களது மேலதிகாரிகளைத் தாண்டிப் போய்விடுவார்கள். செய்தியின் அவசரம் மற்றும் முக்கியத்துவம் என்று அவர்கள் காரணம் சொன்னாலும், மேலிடத்தில் நல்ல பெயரெடுக்க ஆசைப்படும் அவர்களது சுயநலம் அதில் கண்டிப்பாக இருக்கும்.

ராமனிடமே நேரடி அறிமுகம் இருந்தாலும், அவன் கொண்டுவந்திருக்கும் செய்தி அதிமுக்கியமானது என்றபோதும்கூட அவன் செய்த காரியம், முதலில் அவனை அனுப்பியவர்கள் இருக்குமிடத்துக்கு போனதுதான். அனுமன் எப்படிப்பட்ட தலைமைப்பண்பு உள்ளவன்!

அடுத்து, அத்தனை பெரிய தகவலுடன், வெற்றிச் செய்தியுடன் போகிறவன், அங்கே அவர்கள் அனைவரும் ஆவலுடனும் பதற்றத்துடனும் காத்திருப்பதைப் பார்த்த பின்பும் செய்தது என்ன தெரியுமா? அதுதான் நாம் இவ்விடத்தில் கவனிக்கவேண்டிய இரண்டாவது செய்தி.

> வாலிகாதலனை முந்தை வணங்கினான்; எண்கின் வேந்தைக்
> காலுறப் பணிந்து, பின்னை, கடன்முறை, கடவோர்கெல்லாம்
> ஏலுற இயற்றி, ஆங்கண் இருந்து, 'இவண் இருந்தோர்கெல்லாம்,
> ஞால நாயகந்தன் தேவி சொல்லினள் நன்மை' என்றான்

சுந்தர காண்டம் - திருவடி தொழுத படலம் - 6013

இந்தப்பாடலுக்கு அவசியம் பொருள் சொல்லவேண்டும்.

அனுமன் முதலில் வாலியின் மகனான அங்கதனை வணங்கினான். அடுத்து கரடிகளின் அரசனான ஜாம்பவானை காலில் விழுந்து வணங்கினான். பிறகு முறைப்படி வணக்கம் சொல்ல வேண்டியவர்களுக்கெல்லாம் வணக்கம் சொன்னான். அதன் பின்பு, இங்கு இருந்தோர்க்கு எல்லாம் உலகத்தின் தலைவனான ராமபிரானின் தேவி, சீதாதேவி நன்மை தரக்கூடிய ஆசியுரைகளைச் சொன்னார்கள்' என்று சொன்னான்.

வாலிதான் அனுமனுடைய கிட்கிந்தா நாட்டின் அரசன். அவன் இறந்துவிட்டான். அவன் மகன் அங்கதன்தான் அடுத்த அரசன். அதனால் அவனுக்கு முதல் வணக்கம் சொன்னான். அடுத்து மூத்தோனான ஜாம்பவானை வணங்கிப் பணிந்தான். அதன்பின் எவருக்கெல்லாம் வணக்கம் செய்யவேண்டுமோ அவர்கள் அனைவருக்கும் வணக்கங்கள் தெரிவித்தவன், அதன்பின் வானரச் சேனை உட்பட அனைவருக்கும் சீதாப்பிராட்டியார் சொன்ன ஆசியுரைகள் குறித்துச் சொன்னான். இதற்குப் பிறகாவது, அனுமன் ''சீதையைக் கண்டுபிடித்துவிட்டேன். எனக்குக் கொடுத்த வேலையைச் சிறப்பாகச் செய்து முடித்து விட்டேன்' என்று சொல்லியிருக்கலாம்.

அதையும் செய்யவில்லை அனுமன். தான் சீதையைப் பார்த்துவிட்டேன் என்கிற தகவலை, சீதாப்பிராட்டி உங்கள் அனைவருக்கும் ஆசியுரைகள் சொன்னார் என்று என்று சொன்னதன் மூலம் தெரிவித்தான் பாருங்கள். அடடா என்ன அழகு என்ன அழகு!

அவ்வளவு நிதானம், முறையாகச் செய்தல், மரியாதை தவறாமை. எந்த நிலையிலும். என்ன அவசரத்திலும். அற்புதம் இல்லையா?

அனுமனின் அடக்கம்

அதன்பிறகு அங்கிருந்தவர்களிடம், தான் இலங்கைக்குச் சென்று சீதையைத் தேடியபோது நடந்த நிகழ்வுகளையெல்லாம் விரிவாகக் கூறுகிறான். அங்கு நடந்த அனைத்தையும் விவரிக்கும் அனுமன், தான் வாட்படை வீரர்களைக் கொன்றதையும், இலங்கைக்கு நெருப்பு வைத்ததையும் கூறாமலேயே விட்டுவிடுகிறான்.

> ஆண்தகை தேவி உள்ளத்து அருந்தவம் அமையச் சொல்லி
> பூண்டபேர் அடையாளம் கைகொண்டதும் புகன்று, போரில்

நீண்டவாள் அரக்கரோடு நிகழ்ந்ததும், நெருப்பு சிந்தி மீண்டதும்
விளம்பான்-தான் தன் வெற்றியை உரைப்ப வெள்கி'

சுந்தர காண்டம் - திருவடி தொழுத படலம் - 6015

ஏன் அனுமன் அவன் செய்தவைகளைச் சொல்லவில்லை என்றால் 'வெள்கி' என்று காரணம் சொல்கிறான் கம்பன். வெள்கி என்றால் வெட்கம் என்று பொருள். தற்பெருமை பேசுவது என்றால் அனுமனுக்கு வெட்கமாம். இன்று எவ்வளவு பேர் அவரவர் பெருமைகள் பேசிக்கொண்டிருக்கிறார்கள் (றோம்!) எதுவோ இன்றி!

'நான் அடிமைத் தொழில் புரியும் பணியாளன்'

இறுதிப் போர் முடிந்துவிடுகிறது. போரில் ராவணன் கொல்லப் படுகிறான். 'தம்பி, 14 ஆண்டுகளில் திரும்ப வந்து நான் அட்சிப் பொறுப்பை ஏற்றுக்கொள்கிறேன் அதுவரை தயவுசெய்து நீ ஆட்சி செய்' என்று பரதனுக்கு ராமன் கொடுத்திருந்த காலக்கெடு முடியப்போகிறது. அனுமனை ராமன் அயோத்திக்கு அனுப்பி, 'விரைவாக பரதனிடம் சென்று செய்தி சொல். நான் பின்னால் வருகிறேன்' என்கிறான். அனுமன் பறந்து அயோத்தி வருகிறான். 'சொன்னபடி நீ வராவிட்டால் நான் நெருப்பில் விழுந்து இறந்து விடுவேன்' என்று ராமனிடம் பரதன் சொல்லியிருந்தான். இப்போது அந்தக் கெடுமுடியும் காலமாதலால் தீ மூட்டி அதில் விழ ஆயத்தமாக இருக்கிறான் பரதன்.

இதைக் கண்ட அனுமன், வேகமாக வந்து தீயை அணைத்து விடுகிறான். ராமன் வருவதாகச் சொன்ன நாள் முடிய இன்னும் 40 நாழிகை இருக்கிறது என்று பரதனிடம் சொல்கிறான். 'நீ சொல்வதை எப்படி நம்புவது? அப்படி ராமன் வராவிட்டால் நான் தீயில் விழுந்து மாய்வேன்' என்று உறுதியாகச் சொல்கிறான் பரதன். இன்னும் கொஞ்சம் பொறு என்று சொல்லி அனுமன் ராமனின் மோதிரத்தைக் காட்ட, பரதன் மகிழ்ச்சிக் கடலில் தத்தளிக்கிறான். சுற்றி நிற்பவர்களைப் பார்த்து 'நீங்கள் எல்லோரும் மகிழ்ச்சியில் ஆடுமின் பாடுமின் ஓடுமின்' என்றெல்லாம் சொல்லி, கூத்தாடுங்கள் என்கிறான். செய்தி சொன்ன அனுமனைத் திரும்பத் திரும்ப வணங்குகிறான். ஏவல் மகளிர், குறுமன்னர்களைக் கூட வணங்குகிறான்.

பின் நிதானமடைந்து பரதன் அனுமனைப் பார்க்கிறான், வியக்கிறான், கேட்கிறான், 'நீ எத் திறத்தாய்?' 'நீ யார் என்று

சொல். தோற்றத்தில் நீ மும்மூர்த்திகளுள் ஒருவன் போலிருக்கிறாயே, வேதம்வல்ல வேதவிற்பன்னன் போன்ற தோற்றத்தோடு வந்திருக்கிறாயே!'

அதற்கு அனுமன் சொன்ன பதில்...

'காற்றினுக்கு அரசன்பால், கவிகுலத்தினுள்
நோற்றனள் வயிற்றின் வந்து உதித்து, நும் முனார்க்கு
ஏற்றிலா அடித்தொழில் ஏவலாளனேன்;
மாற்றினென் உரு; ஒரு குரங்கு மன்ன! யான்'

யுத்த காண்டம் - மீட்சிப் படலம் - 10205

'அரசே, உண்மையில் நான் ஒரு குரங்கு. குரங்குத் தேவதையான அஞ்சனாதேவியின் வயிற்றில் பிறந்தவன். உன்னுடைய அண்ணன் ராமபிரானுக்குச் சிறிதும் தகுதியில்லாத அடிமைத் தொழில் புரியும் பணியாளன் நான்; இப்போது என் உருவத்தை மாற்றிக்கொண்டு ஒரு வேதம் வல்ல மறையனாக இங்கு வந்திருக்கிறேன்.' என்கிறான்.

ராமனுக்காக எத்தனையோ பெரும் காரியங்களைச் சாதித்தவன் என்றபோதிலும் தன்னைப்பற்றி ஒருபோதும் அனுமன் பெருமையாகப் பேசியதில்லை. நினைத்ததும் இல்லை. தவிர, குறைத்து மதிப்பிட்டுக் கொள்கிறான். அவ்வளவு தன்னடக்கம்...

நாயினும் கடையேன் நான்

இறுதிப் போர் உக்கிரமாக நடந்துகொண்டிருக்கிறது. போர் நடக்கும் வேறு ஓர் இடத்திற்கு குரங்குப் படையைக் காக்க லக்குவனை ராமன் அனுப்புகிறான். அப்போது அனுமன் லக்குவனிடம்,

என்று, அவன் ஏகலுற்ற காலையின், அனுமன், 'ஏந்தாய்!
'புன்தொழில் குரங்கு' எனாது, என்தோளின் மேல் ஏறிப்புக்கால்,
நன்றெனக் கருதா நின்றேன்; அல்லது நாயினேன் உன்
பின்தனி நின்றபோதும், அடித்தொழில் பிரியேன்' என்றான்.

யுத்த காண்டம் - மூலபல வதைப் படலம் - 9361

'என் தந்தை போன்றவனே. இது ஓர் அற்பமான குரங்கு என்று புறக்கணிக்காமல் என் தோளின்மீது ஏறிக்கொண்டு நீ போர்க்களம் புகுவது நல்லது' என்கிறான். அப்படிச் சொல்லிவிட்டு, 'நாயினும் கடையவனான நான், உனக்குப் பின்புறம் நின்றுகொண்டு உனக்கு

அடிமையைத் தொழில் புரியவே விரும்புகிறேன்' என்கிறான். அனுமனின் தன்னடக்கம் தன்னைத்தானே நாயினும் கீழானவன் என்று அவனைச் சொல்லிக்கொள்ள வைக்கிறது.

——— குணாதிசயம் ———

Character

தலைமைப்பண்புகளைப்பற்றி ஆராய்ந்தபோது முதலில் தோன்றிய தியரி 'டிரெயிட் தியரி'தான் (Trait theories). நல்ல குணங்களைப் பெற்றிருப்பவர்கள் நல்ல தலைவர்களாக இருப்பார்கள் என்றும், அப்படிப்பட்ட குணங்கள் எவையென்றும் பலர் ஆராய்ந்து பட்டியல் இட்டிருக்கிறார்கள். அப்படிப்பட்ட, சாதாரணர்களிடமிருந்து வேறுபடுத்திக் காட்டும் பல உயர்குணங்களை ராமாயணம் எங்கும் பல்வேறு கதாபாத்திரங்கள் வாயிலாகக் கம்பன் நமக்குக் காட்டுகிறான். அவற்றில் சிலவற்றை மட்டும் பார்க்கலாம்.

——— நன்றி பாராட்டுதல் ———

Giving due credit

வால்மீகி எழுதிய ராம காதையைத் தழுவி எழுதப்பட்டதல்ல கம்பர் எழுதிய ராமாயணம் என்பதைக் கற்றறிந்தோர் எடுத்துச் சொல்லியிருக்கிறார்கள். தமிழ்ப் பண்பாட்டிற்கு ஏற்ப பல இடங்களில் நிகழ்வுகளை மாற்றிப் பாடியிருப்பார் கம்பர். ஆனாலும் அவர் வால்மீகிக்கு உரிய மரியாதையையும், பெயரையும் பெருமையையும் கொடுக்கிறார்.

பெரும் தவமுனிவராகிய வால்மீகி இயற்றிய ராமகாப்பியத்தை என் சிறிய அறிவுக்கு எட்டியச் சொற்களால் நான் எழுதுகிறேன் என்கிறார்.

நொய்தின் நொய்ய சொல்ல நூற்கலுற்றேன்: எனை?
வைதவைவின் மாமரம் ஏழ்தொளை
எய்த எய்தவற்கு, எய்திய மாக்கதை
செய்த செய்தவன் சொல்நின்றதேயத்தே:

அவையடக்கம் - 5

கதாபாத்திரங்கள் மூலம் மட்டுமல்ல, தன் கூற்று மூலமாகவும் கம்பர், ஓர் உயர் பண்பை வெளிப்படுத்துகிறார்.

—— தன்னடக்கம் ——

Humility

தலைவர்கள் பெரியவர்கள்தான். மற்றவர்களைவிட சக்திமிக்கவர்கள்தான். ஆனாலும் அவர்களிடம் பணிவு இருக்கும். அகந்தை இருக்காது. அனுமன் பல தலைமைப் பண்புகளைக் கொண்டவன் என்பதற்கு ஓர் எடுத்துக்காட்டு, அடைக்கலம் கேட்டு வந்திருக்கும் விபீடணனைத் தங்களுடன் சேர்த்துக் கொள்ளலாமா என்று பலரையும் கேட்டுவிட்டு, இறுதியாக அனுமனை, ராமன் கேட்குமிடத்தில் இருக்கிறது.

எதிர்த்தரப்பில் இருந்து வரும் ராவணன் தம்பி விபீடணனை சேர்த்துக்கொள்ளலாமா என்று சுக்கிரீவன், ஜாம்பவான், நீலன், அங்கதன், சரபன் போன்றோரை எல்லாம் ராமன் கேட்டாயிற்று. அவர்கள் அனைவருமே ஒன்று போல, விபீடணனைச் சேர்த்துக் கொள்ளவேண்டாம் என்றே சொல்கிறார்கள். அதன்பிறகு, ராமன் நீ என்ன சொல்கிறாய் என்று அனுமனைப் பார்வையாலேயே கேட்கிறான். அதற்கும் அடுத்த பாடல்,

'எத்தனை உளர், தெரிந்து எண்ண ஏய்ந்தவர்
அத்தனைவரும், ஒரு பொருளை 'அன்று' என,
உத்தமர், அது தெரிந்து உணர, ஓதினார்;
வித்தக! இனி, சில விளம்ப வேண்டுமோ?'

யுத்த காண்டம் - விபீடணன் அடைகலப் படலம் - 6449

ஆராய்ந்து நல்ல முடிவு எடுக்கும் இயல்பு பொருந்தியவர்கள் இவ்வளவு பேரும் வேண்டாம் என்று தெளிவாகச் சொல்லி விட்டார்கள். இதன்பின்னும் எளியவனாகிய நான் சொல்ல வேண்டுமா? என்று அனுமன் தன்னடக்கத்துடன் கேட்கிறான்.

தன்னடக்கம், மற்றவர்களை உயர்த்திச் சொல்லல் ஆகியவை நல்ல தலைமைப்பண்புகள். இதில் கவனிக்க வேண்டியது என்னவென்றால், இப்படிச் சொல்லிவிட்டு, அனுமன் அவன் யோசனையாக ராமனுக்குச் சொல்வது, மற்றவர்கள் சொல்லியதற்கு நேர் எதிரானது! மற்ற அனைவரும் சொன்னதாற்கு நேர் எதிராக விபீடணனை சேர்த்துக்கொள்ளவேண்டும் என்று தக்க காரணங்களுடன் விளக்கிச் சொல்கிறான்.

ஆக, தான் உறுதியாக நம்பும் ஒன்றுக்கு மாற்றாக மற்றவர்கள் சொன்னதைப் பொறுமையாக அவன் கேட்டுக்கொண்டிருந்திருக்

கிறான். அவர்கள் பேச்சை அனுமன் இடைமறிக்கவில்லை. அவர்கள் சொல்லி முடித்த உடனே பரபரப்பாகத் தன் கருத்தைச் சொல்ல முற்படவில்லை. 'நீ சொல்' என்று ராமன் கேட்டுக் கொண்டபோது, உடனே மற்றவர் கருத்தை மறுத்துப் பேசவில்லை. நானும் சொல்லவேண்டுமா? என்று கேட்டுவிட்டு, பிறகு தன் கருத்தைச் சொல்கிறான்.

தனக்கு என்று ஒரு தீர்மானமான கருத்து அவனுக்கு இருந்தபோதும் அனுமன் ஏன் வாய் மூடி மௌனியாக இருந்தான் என்று சிலர் கேட்கலாம். அதற்கான பதில், அதன் காரணங்கள்:

பெரியவர்கள் பேசுமிடத்தில் அமைதியாக இருக்கவேண்டும்; தன்னிடம் கேட்கும்போது மட்டுமே கருத்து கூறவேண்டும் என்பது மட்டுமல்ல; ராமன் மற்றவர்களைக் கேட்டதுபோல தன்னையும் கேட்பான் அப்போது சொல்லலாம் என்று நம்பிக்கையும் அவனுக்கு இருந்திருக்கும். அவையெல்லாம் அனுமன் மூலம் கம்பன் நமக்குக் காட்டும் தலைமைப்பண்பு.

தன் இடம் அறிந்து நடத்தல்

Knowing one's place

அடைக்கலம் கேட்டு வந்திருக்கும் விபீடணனை நம்முடன் சேர்த்துக்கொள்ளலாமா? நீ என்ன நினைக்கிறாய்? என்று ராமன் கேட்டதும், அனுமன்,

'அகத்தின் அழகு முகத்தில் தெரிகிறது. உன் சிறப்பு அறிந்துதான், உன்னைச் சேர்ந்து வீடுபேறு அடையத்தான் விபீடணன் இங்கு வந்திருக்கிறான். அரக்கர்கள் ஆட்சி நிலைத்திருக்காது என்பதாலும், உன் தந்தையின் சத்தியத்தைக் காப்பாற்றவே நீ காட்டுக்கு வந்தாய் என்பதையும் தெரிந்துதான் விபீடணன் இங்கு வந்திருக்கிறான். வாலியைக் கொன்றவன் நீ என்பதறிந்துதான் அவன் இங்கு வந்திருக்கிறான். அரக்கர்கள் மாயைகளை அறிந்தவன் விபீடணன். அவனால் நமக்குப் பலனுண்டு. நிச்சயம் அவன் நமக்கு உதவுவான். தவிர, அவன் நம்மிடம் அடைக்கலம் கேட்டு வந்தவன்; முன்பு ராவணன் சபையில் என்னைக் கொல்ல ஆணை இடப்பட்டபோது, அதைப் பாவம் என்று சொல்லித் தடுத்தவன்; ராவணனுக்கு தூதுவனைக் கொல்லக்கூடாது என்று அறிவுறுத்தியவன்; நல்லவிதமாக வாழ்பவன்; இவனுடைய மகள் திரிசடை, சீதாதேவிக்கு ஆறுதலாக இருக்கிறாள்; தவம் செய்து வரங்கள் பெற்றவன் விபீடணன். ஆதலால் அவனைச்

சேர்த்துக்கொள்ளலாம்' என்கிறான் அனுமன். தான் தன் அபிப்பிராயத்தைச் சொல்லும்போது அதற்கான காரணங்களை ஒவ்வொன்றாக எடுத்துச் சொல்கிறான். இத்தனையும் கூறிய அனுமன் அதோடு நிறுத்திக் கொள்ளவில்லை. மேலும் அவன் கூறியதுதான், அந்த இடத்தில்தான் அனுமனின் தலைமைப்பண்பு மேலும் மிகுதியாக வெளிப்படுகிறது.

'ஆதலால், இவன் வரவு நல்வரவே
என உணர்ந்தேன் அடியேன்; உந்தன்
வேதநூல் எனத்தகைய திருவுளத்தின்
குறிப்பு அறியேன்' என்று விட்டான்,

காதல் நான்முகனாலும் கணிப்பு அரிய
கலையனைத்தும் கதிரோன் முன்சென்று,
ஓதினான், ஓதநீர் கடந்து, பகை கடந்து,
உலகை உய்யக் கொண்டான்.

- யுத்த காண்டம் - விபீடணன் அடைக்கலப் படலம் - 6466

'அய்யா, நான் இப்படி எல்லாம் எண்ணுகிறேன். இருப்பினும் நீ என்ன நினைக்கிறாய் என்று என்னால் அறியமுடியவில்லை' என்று முடிக்கிறான்.

இவ்வளவு வலிய வாதங்களை அடுக்கியபிறகு, நான் சொல்வதுதான் சரி என்று அனுமன் வலியுறுத்தவில்லை. நீ என்ன நினைக்கிறாயோ தெரியவில்லை என்று ராமன் எப்படிவேண்டுமானாலும் முடிவு செய்ய இடம் கொடுத்து முடிக்கிறான் பாருங்கள், அதுதான் ராமனிடத்தில் அவன் வைத்திருக்கின்ற மரியாதையின் வெளிப்பாடு. மேலும் அவனது தன்னடக்கத்தின் உச்சம், அவனிடம் ஜொலிக்கும் தலைமைப் பண்பு இங்கே சிறப்பாக வெளிப்படுகிறது.

கம்பனின் தன்னடக்கம்

தலைமைப்பண்புகள் ராமனிடமும் அனுமனிடமும் மட்டுமா காணக் கிடைக்கின்றன! அவர்களைப்பற்றி எழுதிய கம்பனிடமும்தான் ஏராளமாக இருக்கின்றன. பத்தாயிரத்திற்கும் அதிகமான பாடல்களில் வால்மீகி எழுதியதைவிட அதிகமான பாடல்களில் எழுதியவன். மிகப்பெரிய செயலாற்றியவன். அவன் செய்த வேலை, செய்யப்போகும் ராமகாவியம் எழுதும் வேலை பற்றி அவன் சொல்வது எப்படித் தெரியுமா?

ஓசைபெற்று உயர் பாற்கடல் உற்று ஒரு
பூசை, முற்றவும் நக்குபு புக்கென
ஆசைபற்றி அறையலுற்றேன்; மற்று இக்
காசில் கொற்றத்து ராமன் கதை அரோ.

அவையடக்கம் 4

பூசை என்றால் பூனை என்று பொருள். பாற்கடலை அதிகபட்சம் தன் நாவால் நக்கமட்டுமே முடிந்த பூனை, அதை முழுவதும் குடித்துவிடுவேன் என்று சொல்வது போலாகிவிடும் நான் ராமகதையை காப்பியம் ஆக்க முயற்சிப்பது என்கிறான்.

கம்பன் எழுதியது, இன்றைக்கும் ஆயிரத்து நூறு ஆண்டுகளுக்கு மேலாகவும், படிக்கப் படிக்கப் புதுமையாகவும், நடைமுறைக்கு ஏதுவானதாகவும், பிரமிக்க வைப்பதாகவும் இருக்கிறது. ஆனால், அவன், அவரது ஆசையை ஒப்பிடுவது, பாற்கடலைக் குடிக்க ஆசைப்படும் பூனைக்கு! தன் செயல்பாடு குறித்து சிறிதளவும் தற்பெருமையே இல்லாமல் இருக்கும் கம்பனது சொல்லும் செயலும்கூட சிறந்த தலைமைப் பண்புதான் இல்லையா?

——— விசுவாசம் ———

Loyalty

ராவணனுக்கு இரண்டு தம்பிகள். ஒருவன் விபீடணன். அவன் அண்ணனுக்கு புத்திமதி சொன்னான். அண்ணன் கேட்கவில்லை. அதனால் தர்மத்தின் பக்கம் வந்துவிடுகிறேன் என்று எதிர்பக்கம் ராமனிடம் வந்துவிடுகிறான்.

மற்றொரு தம்பியான கும்பகர்ணனும், விபீடணன் சொன்னதைப் போன்றே, சீதையை விட்டுவிடு என்று ராவணனுக்குச் சொல்கிறான். அவனையும் ராவணன் கேலிசெய்கிறான், நிந்திக்கிறான். அதன்பின் கும்பகர்ணன், ராவணனுக்காகப் போரிட்டு ராமனின் பாணத்தால் மடிவது என்று முடிவு செய்து போருக்கு வந்திருக்கிறான்.

ராமன் சார்பாகப் பேச கும்பகர்ணனிடம் வருகிறான் விபீடணன். 'ராமன்தான் உலகநாயகன். நீ அவன் பக்கம் வந்துவிடு' என்று சகோதரனுக்குச் சொல்கிறான். விபீடணனுக்கு பதில் சொல்லும் விதமாக கும்பகர்ணன் காட்டும் உவமையும் காரணமும் விசுவாசத்திற்கு மிகப்பெரிய எடுத்துக்காட்டு.

'நீர்கோல வாழ்வை நச்சி, நெடிதுநாள் வளர்த்துப் பின்னைப்
போர்கோலம்செய்து விட்டாற்கு உயிர்கொடாது, அங்கு போகேன்;

தார்க்கோல மேனி மைந்த! எந்துயர் தவிர்த்தி ஆகின்,
கார்க்கோல மேனியானைக் கூடுதி, கடிதின் ஏகி'

யுத்த காண்டம் - கும்பகருணன் வதைப்படலம் - 7426

'தண்ணீரின்மீது அரிசிமாவுக் கொண்டு கோலம் போடுவது போன்ற, சீக்கிரத்தில் முடிந்துபோகும் வாழ்க்கைக்காக, என்னை நீண்டநாள் வளர்த்து, 'எனக்காக நீ போருக்குப் போ' என்று அனுப்பிவைத்த அண்ணனுக்காக உயிரைக் கொடுக்காமல், என் உயிரைக் காப்பாற்றிக்கொள்ளும் விதமாக ராமனிடம் வர மாட்டேன்' என்கிறான்.

எது முக்கியம்? உயிரா, வாழ்க்கையா? அல்லது நன்றி மறவாமையா? என்று கேட்டுவிட்டு, 'சீச்சீ, இந்த நிலையில்லாத வாழ்க்கைக்காக, இன்னும் சிறிது நாட்கள் வாழ்வதற்காக, என்னை வளர்த்து ஆளாக்கியவனுக்குத் தேவைப்படும் நேரத்தில் என் உயிரைக் கொடுக்காமல் காப்பாற்றிக்கொள்ள முயலமாட்டேன்' என்கிறான் தெளிவாக. பின்னர் தன் உயிரைக் கொடுக்கவும் செய்கிறான்.

அதே கும்பகர்ணன், விபீடணனிடம், 'நீ, நீதி நெறிப்படி வாழ்பவன். நீ ராமனிடம் சேர்ந்தது சரி' என்கிறான். அப்படியென்றால் அவனுக்கு மொத்தத்தில் எது சரி என்பது தெரிந்திருக்கிறது. ஆனாலும் அப்படிப்பட்ட உண்மையின் பக்கமிருக்கும் ராமனைச் சேர்ந்து, தான் பூமியில் இந்தப்பிறவியிலும், பின்னர் மேல் உலகத்திலும் நன்மைகளை அடையாவிட்டாலும் பரவாயில்லை. உப்பிட்டவனுக்கு விசுவாசமாகச் சாகிறேன் என்கிறான்.

அப்படியென்றால் ராவணன் தம்பியர் இருவருள் எவர் செய்தது சரி என்ற கேள்வி எழலாம். மேலாண்மைக் கருத்துகள் என்ற கோணத்தில் இருந்து பார்க்கையில் கும்பகர்ணன் செய்தது, விசுவாசத்தின் காரணமாக.

தன் நிறுவனம், தன் அதிகாரி, தன் குழு தங்கள் நிறுவனத்தின் பிராண்ட் போன்றவற்றின்மீது மாறாத பற்றுக் கொண்டிருப்பது. ஆங்கிலத்தில் லாயல்டி. அப்படிப்பட்ட தீவிரமான பற்றின், உணர்வின் காரணமாக, யார் சரி, எது நல்லது என்றுகூட பார்க்க முடிவதில்லை. அந்த நிலையில் லாயல்டி என்ற விஷயத்தில் கும்பகர்ணன், விபீடணனை விடப் பல படிகள் மேல். கும்பகர்ணந்தான் முழு மதிப்பெண்கள் பெறுகிறான்.

இதே விஷயத்தை இன்னொரு விதமாகவும் பார்க்கலாம்.

உனக்கு நன்மை செய்தார்க்கு நீ நன்மை செய்வது, நன்றி பாராட்டி அவர்கள் செய்வது சரியா தவறா என்று ஆராயாமல் அவர்களுக்கு கண்மூடித்தனமாக துணைபோய், பொது நன்மைக்குக் கேடு விளைவிப்பது, கேடு விளைய அனுமதிப்பது, தவறுகளை பாராமுகமாய் இருந்துவிடுவது. இவை எல்லாம், ஒருவிதத்தில் சுயநலம் தவிர வேறு என்ன?

நன்றி கெட்டவன் என்ற பெயர் தனக்குச் சூட்டப்பட்டாலும் பரவாயில்லை. என் மனதறிந்து தவறுக்குக் கட்டியம் கூறமாட்டேன். தவறு செய்தவர்களுக்குச் சாமரம் வீசிக்கொண்டிருக்கமாட்டேன். அவர்கள் செய்வது தவறு என்று எடுத்துச் சொல்வேன். அவர்கள் ஏற்க மறுத்தால் அங்கிருந்து வெளியேறுவேன். அதற்கும் மேல் நியாயத்தின் பக்கம், அது நேர் எதிர்ப்பக்கமாக இருந்தாலும் அங்கே போய்விடுவேன் என்பது விபீடணனின் நிலைப்பாடு.

இருவருமே வெவ்வேறு விதங்களில் சரிதான் என்று கம்பன் நிலை நிறுத்துகிறான்.

மலையும் காட்டுகிறது விசுவாசம்

விசுவாசம் என்பதற்கு இன்னொரு உதாரணமும் காட்டுகிறான் கம்பன். அனுமன், இலங்கைக்குப் பறந்து செல்லும் வேகத்தில், மரியாதை நிமித்தமாக அனுமனை கௌரவிப்பதற்காகக் கடலுக்குள் இருந்து எழுந்து நிற்கிறது மைநாக மலை. அனுமன் தன்மீது அமர்ந்து சிறிது நேரம் ஓய்வு எடுத்துச் செல்லட்டும் என்பது அதன் எண்ணம். ஆனால் அந்த மைநாக மலையைத் தவறாகப் புரிந்துகொண்டு, தலைகீழாகப் புரட்டிப் போட்டுவிட்டுப் பறக்கிறான் அனுமன். அப்படிச் செய்த அனுமன் மேல் மைநாக மலை வருத்தம் கொண்டாலும், அனுமனுடைய தந்தை வாயுதேவன் முற்காலத்தில் தனக்குச் செய்த உதவியை, மனதில் வைத்து, அதனால் அனுமன்மீது பேரன்பு கொண்டு, சிறு மானிட உருவம் எடுத்து, அனுமன் முன் எழுந்து, பவ்யமாக பேசத் தொடங்கியது மைநாக மலை' என்கிறான் கம்பன்.

> உந்தா முன் உலைந்து உயர் வேலை ஒளித்த குன்றம்,
> சிந்தாகுலம் உற்றது; பின்னரும் தீர்வு இல் அன்பால்
> வந்து ஓங்கி, ஆண்டு ஓர் சிறு மானுட வேடம் ஆகி,
> 'எந்தாய்! இது கேள்' என, இன்ன இசைத்தது அன்றே!

சுந்தர காண்டம் - கடல்தாவு படலம் - 4793

பெற்றோர், பெரியவர்கள், மேலதிகாரிகள் அவர்களுடைய செயல் வேகத்தில் நம்மைக் காயப்படுத்தினாலும் அலட்சியப்படுத்தினாலும், சங்கடப்படுத்தினாலும், அவர்களின் அந்நிலையைப் புரிந்து கொண்டு தொடர்ந்து அவர்களிடம் அன்புடனேயே பேசுவது, நடந்துகொள்வதுதான் உண்மையான விசுவாசம்.

அனுமனுடைய தந்தையிடம் பெற்ற உதவியை மறவாது, மகன் அனுமன் தன்னை அலட்சியப்படுத்தினாலும் ரோஷம் பாராட்டாது, அன்பைக் காட்டுகிறது ஒரு மலை.

அப்போது அலர்ந்த செந்தாமரையின் முகம்

அடுத்தது காட்டும் பளிங்குப் போல, நெஞ்சம் கடுத்தது காட்டும் முகம் என்பார் வள்ளுவர். மனதில் வருத்தம் வந்தால் அதை வார்த்தைகளில் வெளிப்படுத்தாமல் மறைக்கலாம். ஆனால் முகத்தில் தெரியாமல் மறைப்பது எளிதானதல்ல.

ராமனுக்கு அயோத்தியின் அரசனாக முடிசூட்டுவது என்று முடிவாகி அதற்கான ஏற்பாடுகள் நடந்துவரும்போது, ராமனைக் கைகேயி அழைத்து, 'நீ காட்டிற்குப்போய் பல்வேறு புண்ணிய நதிகளில் நீராடி, பதினான்கு ஆண்டுகள் கழித்துத்தான் நாட்டிற்கு வரவேண்டும் என்று உன் தந்தை சொன்னார்' என்கிறாள்.

அப்படி அவர் சொன்னதும் ராமனின் முகம் எப்படி இருந்தது என்பதை கம்பன் தன்கூற்றாக இப்படி விவரிக்கிறான்.

> இப்பொழுது எம்மனோரால் இயம்புதற்கு எளிதோ? யாரும்
> செப்ப அரும்குணத்து ராமன் திருமுகச் செவ்வி நோக்கில்
> ஒப்பதே முன்பு; பின்பு அவ்வாசகம் உணரக் கேட்ட
> அப்பொழுது அலர்ந்த செந்தாமரையினை வென்றதம்மா!
>
> *அயோத்தியா காண்டம் - கைகேயி சூழ்வினைப் படலம் - 1602*

கைகேயியின் இப்படிப்பட்டச் சொற்களை - நீ அரச பதவி ஏற்கமுடியாது. உன் தம்பி ஏற்பான். தவிர, நீ நாட்டிலேயே இருக்கக்கூடாது. காட்டிற்குப் போய்விடவேண்டும். ஓரிரு நாட்கள் அல்ல. பதினான்கு ஆண்டுகள் என்ற சொற்களை - கேட்டதும் ராமனின் முகம் எப்படி இருந்ததாம்?

செந்தாமரை மலரைப்போல இருக்கும் ராமனின் முகம், கைகேயி கூறிய அந்தச் சொற்களைக் கேட்டதும் அப்போதுதான் மலர்ந்த செந்தாமரைப் பூவைப்போல இருந்தது என்றுகூடச் சொல்ல

வில்லை. அப்படிப்பட்ட பூவையும் தோற்கச்செய்யும் அளவு மலர்ச்சியாக இருந்தது என்கிறான் கம்பன்.

எவ்வளவு தூரத்திற்குப் பொறாமையே இல்லாமல் இருந்திருந்தால் இப்படி ஓர் உடனடி முகபாவமும் அதற்குக் காரணமான மனோபாவமும் ராமனுக்குச் சாத்தியமாகும்.

ராமனுக்கே தாயல்லவா!

ராமனின் குணம், அருங்குணம். அரிய மனோபாவம். தந்தை தசரதன் சுயநினைவில் இல்லை. தசரதன் கைகேயி கேட்ட வரங்களை வேறு வழியில்லாமல் தந்துவிட்ட பின் மயங்கி விடுகிறான். தவிர, தந்தை சொல்லச் சொன்னார் என்று சிறிய தாய் கைகேயி சொல்லிவிட்டார். அதனால் தந்தையை பார்ப்பதுபற்றி யோசிக்காமல், அவர் இருந்த திசை நோக்கி வணங்கிவிட்டு, ராமன் அவனைப் பெற்ற தாய் கோசலையிடம் சொல்லிக் கொண்டு போவதற்காக கோசலை இருக்குமிடம் போகிறான். தாயின் காலைத் தொட்டு வணங்குகிறான்.

அவனைக் கண்டதும் கோசலை, 'என்ன ஆயிற்று ராமா? ஏன் இப்படி வருகிறாய். முடிசூடிக்கொள்ள இன்னும் நீ ஆயத்தம் ஆகவில்லையா? புனித நீரை முடியில் இட்டுக்கொள்ள வில்லையா? உன் தந்தை எண்ணிய செயல் என்ன ஆயிற்று?' என்றெல்லாம் கேட்கிறார்கள்.

அதற்கு பதிலாக ராமன் மிகச் சுருக்கமாக,

மங்கை அம்மொழி கூறலும், மானவன்
செங்கை கூப்பி, 'நின்காதல் திருமகன்
பங்கம் இல்குணத்து எம்பி பரதனே
துங்க மாமுடி சூடுகிறான்' என்றான்.

அயோத்தியா காண்டம் - நகர் நீங்கு படலம் - 1608

'உன்னுடைய அன்புக்குரிய அழகிய மகனுமானவனும், குற்றமில்லாத நற்குணங்களை உடையவனும், என்னுடைய தம்பியுமாகிய பரதன், உயர்வான மணிமகுடத்தைச் சூட்டிக் கொள்ளப்போகிறான்' என்கிறான்.

எப்படிச் சொல்கிறான்! பரதனை உன் மகன் என்றும் என் தம்பி என்றும் அல்லவா கோசலையிடம் சொல்கிறான்! ராமனை விடுங்கள். அதற்குக் கோசலை சொன்ன மறுமொழிதான், அருங்குணத்தின் உச்சம்.

முறைமை அன்று என்பது ஒன்று உண்டு; மும்மையின்
நிறைகுணத்தவன், நின்னினும் நல்லனால்;
குறைவுஇலன்': எனக்கூறினாள், நால்வர்க்கும்
மறுஇல் அன்பினில் வேற்றுமை மாற்றினாள்.

அயோத்தியா காண்டம் - நகர் நீங்கு படலம் - 1609

வாயருகில் கொண்டு சென்ற உணவை எவரோ தட்டிவிட்டது போல உணரும் நிலையில் இருக்கவேண்டிய தாய்தான் கோசலை. ஆனால் அவர் வேறு ஏதும் யோசிக்காமல் உடனடியாகச் சொல்கிறார், 'மூத்தவன் இருக்க இளையவன் முடி சூடிக் கொள்வது என்பது முறை இல்லைதான். ஆனாலும் ராமா, பரதன் உன்னைக் காட்டிலும், மூன்று மடங்கு நற்குணங்கள் நிரம்பியவன். நல்லவன். முடிசூடிக்கொள்ள தகுதி உள்ளவன்' என்று.

கோசலைக்கு நான்கு பிள்ளைகளும் ஒன்றுதான். தன் வயிற்றில் உதித்த ராமன் வேறு, கைகேயி வயிற்றில் உதித்த பரதன் வேறு, மற்ற லக்குமணன், சத்ருக்கன் ஆகிய நால்வருமே வேறு வேறு அல்ல. கோசலையைப் பொருத்தவரை நால்வரும் அவருக்கு ஒன்றுபோலவேதான் என்கிறான் கம்பன்.

எந்தக் காரணமும் கேட்காமல், எவர் சொன்னார் ஏன் அப்படிச் சொன்னார் என்றெல்லாம் வினவாமல், 'அய்யகோ! என்ன ஆயிற்று!' என்று அதிர்ச்சி அடையாமல், அரற்றாமல்... என்ன ஒரு பண்பு இருந்தால் தன் மகனைக் காட்டிலும் பரதன் நற்குணங்கள் நிரம்பியவன், நல்லவன், அவன் முடிசூட்டிக் கொள்ளக் கூடுதல் தகுதியானவன் என்று சொல்வார்!

வாலியின் மேன்மை

சுக்கிரீவன் சொன்னதற்கு இணங்க ராமன், வாலியின்மீது மறைந்து நின்று அம்பு எய்கிறான். இறக்கும் தறுவாயில் வாலி பேசுகிறான். ராமனிடம் நியாயம் கேட்கிறான், பதில் பெறுகிறான். பின்பு உயிர் விடுவதற்கு முன்பு, ராமன் சொல்லும் நியாயங்களைப் புரிந்துகொள்கிறான். அதன் பிறகு அவன் செய்தவை எல்லாம் வியக்க வைக்கும் செயல்பாடுகள். கவனிக்கத்தக்கப் பண்புகள்.

ராமன் கையால் சாக வாய்ப்புக் கொடுத்ததற்காக சுக்கிரீவனுக்கு நன்றி சொல்கிறான் வாலி. சுக்கிரீவனுக்கு உதவியாக இருங்கள் என்று ராமனிடம் கேட்டுக்கொள்கிறான். தம்பியுடன் கூட்டு

சேர்ந்து கொண்ட அனுமன் பற்றி வருத்தப்படாமல் ராமனிடம் அவனைப்பற்றி பெருமையாகப் பேசுகிறான்.

அடுத்து அவனைப் பார்த்து கண்ணீர்விட்டு கதறிக்கொண்டிருந்த மகன் அங்கதனை அருகில் அழைக்கிறான். அழாதே. எதிரில் நிற்பது ராமனாக மானிட உருவில் வந்திருக்கும் இறை அவதாரம் என்று அவனிடம் சொல்லிவிட்டு,

'என்னுயிர்க்கு இறுதி செய்தான்' என்பதை இறையும் எண்ணாது,
உன் உயிர்க்கு உறுதி செய்தி; இவற்கு அமர் உற்றது உண்டேல்,
பொன் உயிர்த்து ஒளிரும் பூணாய்! பொன்றுதி; தருமம் போற்றி
மன்னுயிர்க்கு உறுதி செய்வான் மலரடி சுமந்து வாழ்த்தி!'

கிட்கிந்தா காண்டம் - வாலி வதைப் படலம் - 4090

'மகனே அங்கதா. என்னைக் கொன்றவன் என்று ராமனை எண்ணாதே. உன்னுடைய உயிருக்கு நன்மை தரும் ஆக்கச் செயல்களில் ஈடுபடு. ராமனுக்குத் துணையாக இருந்து அவன் பகைவர்களுடன் போரிடு. அவனுக்கு ஏதும் நேரும் முன்னால் உன் உயிரைக் கொடு' என்று, அவன் யார் கையால் சாகிறானோ, அவனுக்காக உயிரையும் கொடு என்று, தான் பெற்ற மகனிடம் சொல்கிறான்.

இது என்ன சாதாரணச் செயலா? அதுவும் இறக்கும் தறுவாயில், மரணப்படுக்கையில்... தன்னைக் கொன்றவன் பற்றி..!

—— பெரியவர்களுக்கு மரியாதை ——
Respecting elders

விபீடணன் அடைக்கலம் கேட்டு வந்திருக்கிறான். அவனைச் சேர்த்துக்கொள்ளலாமா என்று, அனுமனிடம் ராமன் அபிப்பிராயம் கேட்கிறான். அதற்கு அனுமன் என்ன பதிலை, எப்படிக் கூறினான் என்பதைச் சொல்கிற பாடல் இது.

இணங்கினர் அறிவிலர் எனினும், எண்ணுங்கால்
கணம் கொள்கை நும்மனோர் கடன்மை கான என,
வணங்கிய சென்னியன், மறைத்த வாயினன்,
நுணங்கிய கேள்வியன், நுவல்வதாயினான்.

யுத்த காண்டம் - விபீடணன் அடைக்கலப் படலம் - 6448

பெரியவர்களிடம் பேசும்போது எப்படிப் பேசவேண்டும் என்பதை அனுமன் காட்டுகிறான். அவன் தலையைக் குனிந்த

வண்ணம், வாயைப் பொத்தியபடிப் பேசுகிறான். இத்தனைக்கும் அனுமனே நுட்பமான கேள்வியறிவு உடையவன் என்கிறான் கம்பன். ஆனாலும், ராமனிடம் பேசும்போது... மரியாதை காட்டும் விதமாக தலை வணங்கி, வாயை லேசாகப் பொத்திய வண்ணம் அனுமன் பேசுகிறான் என்கிறான் கம்பன்.

அனுமன் இப்படிப் பேசுகிறானே. ராமன் என்ன அவ்வளவு கெடுபிடியான தலைவனோ என்கிற சந்தேகம் வரலாம். ஆனால் ராமன் மற்றவர்களை எப்படி மதிக்கிறான் என்பதை கம்பன் 83 பாடல்கள் தள்ளி, அழகாகப் படம் பிடித்துக்காட்டுவான்.

——— மற்றவர்களை மதித்தல் ———

Respect for others

விபீடணனை சேர்த்துக்கொண்டாயிற்று. ராமன் விபீடணனைப் பார்த்து, கடலால் சூழப்பட்ட இலங்கையின் பாதுகாப்புக்கு உரிய மதில்கள் பற்றியும், ராவணன் முதலான அரக்கர்களின் வலிமை போன்றவற்றைப் பற்றியும் எனக்குத் தெரிவிப்பாயாக என்று கேட்கிறான். அதற்கு விபீடணன் பதில் சொல்லத் தொடங்குகிறான். அந்தப் பாடல் இது.

எழுதலும், ‘இருத்தி’ என்று ராமன் ஏயினான்,
முழுது உணர் புலவனை; முளரிக் கண்ணினான்
பழுது அற வினவிய பொருளைப் பண்பினால்,
தொழுது உயர் கையினான்,தெரியச் சொல்லினான்.

யுத்த காண்டம் - இலங்கை வேள்விப்படலம் - 6531

‘எழுதலும், ‘இருத்தி’ என்று ராமன் ஏயினான்’ என்றால், பதில் சொல்ல எழுந்த, விபீடணனை நீ உட்கார்ந்தபடியே சொல்லலாம் என்றான் ராமன் என்பது பொருள்.

விவரம் கேட்ட ராமபிரானுக்கு பதில் சொல்வதற்காக அமர்ந்திருந்த விபீடணன் எழுகிறான். அது ஒரு சிறப்பு. முன்பு பார்த்த அனுமன் செய்ததைப் போலவேதான் இதுவும். பெரியவர்களிடம் பேசுகிறபோது அமர்ந்தபடியே பதில் சொல்லாமல் எழுந்து நின்று சொல்லும் பண்பைக் காட்டுகிறான் கம்பன். இதை நன்று (ஆங்கிலத்தில் குட்) என்று சொல்வேன்.

அப்படி எழும் விபீடணனைப் பார்த்து ‘அமர்ந்திருந்தே கூறுக’ என்று ராமன் சொன்னான் என்று அடுத்துச் சொல்கிறான் கம்பன்.

இது அதைவிடச் சிறப்பு. ராமன் எங்கே? அரக்கர் குலத்திலிருந்து அடைக்கலமாக எதிர்முகாமிற்கு வந்திருக்கும் விபீடணன் எங்கே? ஆனாலும் ராமன் அவனை நீ அமர்ந்தபடியே சொல் என்கிறான். இதை மிக நன்று (பெட்டர்) என்று சொல்லலாம்.

விபீடணன் பதில் சொன்னான் என்று சொல்லிவிட்டுப் போகாமல், அவன் எழுந்ததையும், அதற்கு ராமன், தேவையில்லை. நீ அமர்ந்திருந்தபடியே பதில் சொல் என்று சொன்னதையும் கம்பன் குறிப்பிட்டு விவரிக்கிறான் என்றால்... இவையெல்லாவற்றையும் குறிப்பிடவேண்டும் என்றுதான் கம்பன் எழுதுகிறான் என்று பொருள். இப்படிப்பட்டப் பண்புகளை எடுத்துக்காட்டுவதற்காக தனித்தனியாகக் குறிப்பிட்டு எழுதுகிறானே, அதுதான் இந்த மூன்றிலும் கூடுதல் சிறப்பு. ஆகவே இதுதான் இந்த மூன்றில் உயர்ந்தது (பெஸ்ட்) என்று சொல்வேன்.

மற்றவர்களை மதித்தல், உரிய மரியாதை செய்தல் எனும் தலைமைப் பண்பை இங்கே கம்பன் காட்டுகிறான்.

காலில் விழவேண்டாம்

ஒருவர் காலில் மற்றொருவர் விழுவதை கம்பன் விரும்பவில்லை என்று தோன்றுகிறது. அனுமன் முதன்முதலாக ராமனைச் சந்திக்கிறான். அப்போது அவன் சுக்கிரீவனின் அமைச்சனாக இருக்கிறான். எனவே அனுமன், சுக்கிரீவனுக்கு உதவி வேண்டி, காட்டில் தங்கியிருக்கும் ராம லக்குவரை, மாணவப் பருவம் தாங்கி வந்து சந்திக்கிறான்.

லக்குவன் அவர்கள் கதையைச் சொல்லிமுடித்ததும், ராமன் வணங்கத்தக்கக் குணங்களை உடையவன் என்பதை உணர்ந்த அனுமன், ராமனின் திருவடிகளில் வீழ்ந்து வணங்கினான் என்று முடியும் பாடலுக்கு அடுத்த பாடல் இது.

> தாழ்தலும், 'தகாத செய்தது என்னை நீ? தருமம் அன்றால்;
> கேள்வி நூல் மறைவலாள!' என்றனன்; என்னக்கேட்ட
> பாழிஅம் தடந்தோள் வென்றி மாருதி, பதுமச் செங்கண்
> ஆழியாய்! அடியேன் தானும் அரிக்குலத்து ஒருவன்' என்றான்.
>
> *- கிட்கிந்தா காண்டம் - அனுமப் படலம் - 3781*

ராமன் காலில் அனுமன் விழுந்து வணங்கியதும், ராமன் திடுக்குற்று, 'கற்று உணர்ந்த வேதங்களிலும் சாஸ்திரங்களிலும்

வல்லவனான நீ தகாத காரியத்தைச் செய்துவிட்டாயே! அந்தணன் ஆகிய நீ சத்ரிய குலத்தில் வந்த என்னை வணங்குவது முறையல்ல' என்கிறான். அதற்கு அனுமன், 'நான் குரங்கினத்தைச் சேர்ந்தவன்தான். அந்தணன் இல்லை' என்கிறான்.

அனுமனிடம் - நீ எவ்வளவு பெரிய ஆள், எவ்வளவோ சாதித்தவன், நீ என் காலில் விழலாமா என்கிறான் ராமன். தான் அவதாரமேயாயினும் தன் காலில் எவரும் விழ வேண்டாம் என்கிறான் ராமன். கற்றோரை மதிக்கும் பண்பு இது என்றும் புரிந்துகொள்ளலாம்.

——— பெண்களுக்குக் கூடுதல் மரியாதை ———

Respect for women

இலங்கையில் நுழைந்த அனுமனை, இலங்கை மாதேவி என்ற அரக்கி, இலங்கையின் காவல் பொறுப்பாளியாக இருப்பவள் தடுக்கிறாள், அனுமனைத் தாக்குகிறாள். பெண்ணைத் தாக்குவது மாபாதகம் என, அவள் கையில் இருக்கும் ஆயுதங்களை ஒன்றுவிடாமல் பற்றி இழுத்து, அவள்மீது எறியாமல் வானில் எறிகிறான் அனுமன் என்கிறது பாடல்.

இற்றுச் சூலம் நீறு எழல் காணா, எரிஒப்பாள்;
மற்றும்தெய்வப் பல்படை கொண்டே, மலைவாளை
உற்றுக் கைகால்ஆயுதம் ஒன்றும் ஒழியாமல்
பற்றிக் கொள்ளா, விண்ணில் எறிந்தான் பழி ஓர்வான்.

- சுந்தர காண்டம் - ஊர்தேடு படலம் - 4923

அது யுத்தம்தான். அவள் அரக்கிதான். அனுமனைத் தாக்குகிறாள்தான். தவிர ஆயுதங்கள் பயன்படுத்துகிறாள். ஆனாலும் அனுமன் அவள் பெண் என்பதால் அவளைத் திருப்பித் தாக்கவில்லை. அதுதான் அனுமன். அதுதான் பண்பு. அதுதான் கம்பன் தெரிவிக்க விரும்பும் செய்தியும் ஆகும்.

——— முடிவுக்குக் கட்டுப்படுவது ———

Respecting the decision

முடிவெடுக்கும்வரை வெளிப்படையாக கருத்துகள் தெரிவிக்கலாம். கலந்துபேசலாம். ஆனால், முடிவெடுத்த பின்னர் அதைப்பற்றி பேசக்கூடாது. எவர் சொன்னது ஏற்றுக்கொள்ளப்பட்டது என்றெல்லாம் யோசிக்கக்கூடாது என்று நிறுவனங்களிலே

சொல்லப்படும். இதுதான் வேலைகள் முடிய உதவும். இல்லா விட்டால் முடிவில்லாத விவாதங்கள்தான் தொடரும்.

விபீடணனைச் சேர்ப்பது குறித்து நடந்தன எல்லாம் முன்பு பார்த்தோம். இப்போது ராமன், 'என்பால் உள்ள அன்பினாலே நீங்கள் எல்லாம் விபீடணனை ஏற்றுக்கொள்ளக்கூடாது என்று கூறினீர்கள். ஆனாலும் நம்மிடம் அபயம் என்று வந்தவனுக்கு அபயம் கொடுத்தலே நம் கடமை. அதனால், சூரியனின் மைந்தனே, நீயே சென்று விபீடணனை அழைத்து வா' என்கிறான். *(6564)*

விபீடணனைச் சேர்க்கக்கூடாது என்று சுக்கிரீவன்தான் முதலில் கருத்துக் கூறியவன். ஆனால் ராமன் சொன்னதும், அவன் மறு பேச்சே பேசாமல், 'இதோ, இப்போதே...' என்று ஆணையைச் சிரமேற்கொண்டு நிறைவேற்றச் செல்கிறான்.

ஐயுறவு எல்லாம் தீரும் அளவையாய் அமைந்தது, அன்றே;
தெய்வநாயகனது உள்ளம் தேறிய அடைவே தேறி,
கைபுகற்கு அமைவதானான் 'கடிதினின் கொணர்வல்' என்னா,
மெய்யினுக்கு உறையுள் ஆன ஒருவன்பால் விரைவில்
சென்றான்.

யுத்த காண்டம் - விபீடணன் அடைக்கலப் படலம் - 6565

எது மரியாதை
Respect

ராமன் அங்கதனை தூது அனுப்பலாம் என்று சொல்லிவிட்டு அதோடு நிறுத்தவில்லை.

'மாருதி இன்னம் செல்லின், மற்று இவன் அன்றி வந்து
சாருநர் வலியோர் இல்லை என்பது சாரும் அன்றே;
ஆர் இனி ஏகத்தக்கார்? அங்கதன் அமையும்; ஒன்னார்
வீரமே விளைப்பரேனும், தீதின்றி மீள வல்லான்.'

யுத்த காண்டம் - அங்கதன் தூதுப் படலம் - 7065

கம்பன், தான் படைத்த தலைவன், பாட்டுடைத் தலைவன், இருப்பவர்களிலேயே பெரியவன் என்றெல்லாம் அவன் நினைக்கவேயில்லை. ராமன் தன்னைச் சார்ந்தவர்களுக்கெல்லாம் தான் ஏன் அங்கதனைத் தேர்வு செய்தேன் என்று ராமன் விளக்கம் சொல்கிறான் என்று எழுதுகிறான்.

‘தூது போகிறவர் வலிமையானவராக இருக்கவேண்டும். விவரமானவராகவும் இருக்கவேண்டும். அனுமன் இதைச் செய்து முடிப்பான். ஆனால் அவனை ஏற்கெனவே ஒருமுறை அனுப்பியாயிற்று. மீண்டும் அவனையே அனுப்பினால், நம்மிடம் வேறு தகுதியான ஆள் இல்லை என்று ராவணன் நினைத்து விடுவான். அதனால் அதேபோன்ற தகுதி உடைய அங்கதனை அனுப்பலாம். அவன்தான் பகைவர்கள் ஏதும் தீங்கு செய்தாலும் அதை முறியடிக்கும் ஆற்றல் உள்ளவன்’ என்கிறான்.

ஒருவருக்குக் கொடுக்கும் மரியாதை என்பது வணக்கம் சொல்லுதலிலோ, எழுந்து நிற்பதிலோ, பேசும் வார்த்தைகளிலோ மட்டுமில்லை.

ஒருவரை மதித்து அவருக்கு நேரம் கொடுப்பது, அவர் சொல்வதைக் கவனிப்பது. அதற்குப் பதில் சொல்வது, விளக்கங்கள் கொடுப்பது, வாய்ப்புகள் கொடுப்பது எல்லாம் மரியாதை சார்ந்தவைதான். அவற்றையெல்லாம் கம்பன் தன் விவரிப்பு மூலம் மிகத் தெளிவாக எடுத்துக் காட்டுகிறான்.

3

கனவுகள் - இலக்குகள்

Vision - Mission

எடுத்தச் செயல் முடிப்பது. கவனம் கலையாமல் நோக்கத்தின்மீது குறியாக இருப்பது எல்லாம் இன்றைய போட்டி உலகில் மிகவும் அவசியமானவை. நிறுவனங்களில் ஃபெர்பார்மென்ஸ் மேனேஜ்மெண்ட் என்று அழைக்கப்படும் செயல்பாட்டு மேலாண்மையில் சொல்லப்படும் பல்வேறு முக்கிய அம்சங்களின் கூறுகள் ராமாயணத்தில் பல இடங்களில் காணப்படுகின்றன.

ஒரு நிறுவனமோ அமைப்போ, அதற்கென்று தொலைநோக்கு - விஷன் – Vision - இருக்கவேண்டும். அதற்கு அடுத்து அந்த தொலைநோக்கு நிலையை அடைய இடைநிலை இலக்குகளும் தேவை. அவற்றை மிஷன் - Mission என்பார்கள்.

குறைத்து மதிப்பிடலாகாது

Not to underestimate

சீதையை மீட்பதுதான் ராமாயணத்தில் காணப்படுவதிலேயே மிக முக்கியமான மிஷன் - முடிக்கவேண்டிய வேலை. அந்த வேலை

அனுமனிடம் ஒப்படைக்கப்படுகிறது. அனுமனுக்கும் சீதா தேவி இலங்கையில் தான் இருக்கிறார்கள் என்று தெரியாது. தேவியை தேடிச் செல்லும் தனது வேலையில் ஒரு பகுதியாக வான் வழியாக இலங்கைக்குப் போக இருக்கிறான். அதுசமயம் அவனுடைய துணைவர்களான அங்கதன், ஜாம்பவான் ஆகியோர் அனுமனிடம் இப்படிச் சொல்கிறார்கள்,

'குறுமுனி குடித்த வேலை குப்புறும் கொள்கைத்து ஆதல்
வெறுவிது; விசயம் வைகும் விலங்கல் தோள் அலங்கல் வீர!
'சிறிது இது' என்று இகழற்பாலை அல்லை; நீ சேறி 'என்னா,
உறு வலித் துணைவர் சொன்னார்' ஒருப்பட்டான், பொருப்பை
ஒப்பான்.

சுந்தர காண்டம் - கடல்தாவு படலம் - 4754

'அனுமனே, நீ பெரிய ஆள். உன்னிடம் உள்ள ஆற்றலுடன் ஒப்பிட்டால் இந்தக் கடல் சிறியதுதான். ஆனாலும் இதை அற்பம் என்று அலட்சியமாக இகழ்ச்சியாக எண்ணாமல் செயல்பட்டு எடுத்த காரியத்தை முடி' என்கிறார்கள் ஜாம்பவான் மற்றும் அங்கதன் ஆகிய இருவரும்.

இப்படிச் சொல்வது யார்? அனுமனின் பலம்பற்றி நன்கு அறிந்த, சற்று முன்னர் அனுமனுக்கு அவன் பராக்கிரமங்கள் பற்றியெல்லாம் எடுத்துச்சொல்லி, கடல் தாண்டிப் போக அவனை ஊக்குவித்த அதே இருவரும்தான், அவன் கிளம்ப இருக்கும் நேரம் அவனிடம், 'சிறியது இது' என்று இகழ்ச்சியாக எண்ணிவிடாதே என்று எடுத்துச் சொல்கிறார்கள்!' என்கிறான் கம்பன்.

எடுத்துக்கொள்ளவேண்டிய செய்தி இதுதான். ஆக வேண்டிய வேலையைக் குறைத்து மதிப்பிடாதீர்கள். உங்களிடம் ஒரு பணி இருந்தால், அதைச் சரியாகச் செய்யுங்கள்.

எடுத்த செயல் மீது கவனம்

Be focused

கடல்மீது பறக்கும் அனுமனை வழியில் மைநாக மலை அன்பின் காரணமாக வழிமறிக்கிறது என்பதை முன்பே பார்த்தோம்.

நீ என் விருந்தோம்பலை ஏற்றுக்கொண்டு போகவேண்டும் என்று அது அன்புக்கட்டளை இடுகிறது. அதற்கு அனுமன் சொல்லும் பதில் இதுதான்.

'ஈண்டே கடிது ஏகி, இலங்கை விலங்கல் எய்தி,
ஆண்டான் அடிமைத் தொழில் ஆற்றாலின், ஆற்றல் உண்டே?
மீண்டால் நுகர்வென் நின் விருந்து' என வேண்டி, மெய்ம்மை
பூண்டான் அவன் கண்புலம் பின்பட, முன்பு போனான்.

சுந்தர காண்டம் - கடல்தாவு படலம் - 4802

'ராமனுக்காகச் செய்யவேண்டியதை செய்துமுடித்துவிட்டு திரும்பி வந்தால், வரும்போது உன் விருந்தோம்பலை ஏற்றுக்கொள்கிறேன்' என்கிறான்.

நான் ராமனுக்கு அடிமைத்தொழில் செய்பவன். அவனுடைய முக்கிய வேலையாகப் போகிறேன். I am on a mission. என்கிறான் அனுமன். அவ்வளவு கவனக்குவிப்பு – Focus - வேறெதிலும் கவனம் போகாமல் பார்த்துக்கொள்கிறான். Not getting swayed என்பார்கள். கவனம் கலைவதில்லை. அதே நேரம் அன்பு காட்டுகிறவருக்குக் கொடுக்க வேண்டிய மரியாதையிலும் குறைவில்லை. மைநாக மலைக்கு அனுமன் காரணத்தை விளக்கும் பண்பிலிருந்து அது வெளிப்படும் விதம் கம்பன் எழுதுகிறான்.

——— நிலைமையை உணர்ந்து செயல்படுதல் ———

Understanding the criticality

ஒரு திறன்மிகு ஊழியர் - ஸ்மார்ட் எம்ப்ளாயி - நேரத்தை வீணடிக்காமல் என்ன செய்வார் என்பதை அனுமன் மூலம் கம்பன் மிக அழகாக விளக்குகிறான்.

போர் உக்கிரமாகிவிட்ட நிலை. இந்திரஜித்து பிரம்மாஸ்திரத்தை மறைந்து நின்று ஏவி அதனால் லக்குவன் மயக்கமுறுகிறான். மயங்கிய நிலையில் கிடக்கும் தம்பியைக் கண்ட ராமனும் மயங்கி விழுகிறான். அனுமன் கலங்கி நிற்க, அங்கு வந்த ஜாம்பவான் அனுமனிடம் விவரம் சொல்லி, 'நீ சஞ்சீவி மலைக்குச் சென்று, அங்கிருக்கும் இறந்தவர்களைப் பிழைக்க வைக்கும் மருத்துவச் செடிகளைக் கொண்டு வா' என்கிறான். மேலும் நீ இதைச் செய்தால் இறந்துபட்டுக்கிடக்கும் நம்மவர் அனைவரும் உயிர் பிழைப்பர் என்கிறான்.

இதுபோதாதா அனுமனுக்கு. உடனே புறப்பட்டுவிடுகிறான்.

ஜாம்பவான் சொல்லி அனுப்பிய அந்த நான்கு விதமான மருந்துகளையும் நினைவு வைத்து அனுமனால் தேடமுடிய

வில்லை. அங்கே அனைவரும் மூச்சின்றிக் கிடக்கிறார்கள் என்ற பதற்றம் வருகிறது. இப்போது நிதானமாகத் தேட நேரமில்லை. உடனடியாக அங்கு சென்று சேரவேண்டும். எனவே அனுமன் அந்த மலையையே பெயர்த்து எடுத்துக்கொண்டான் என்கிறான் கம்பன்.

'இங்கு நின்று இன்னன மருந்து என்று எண்ணினால்,
சிங்குமால் காலம்' என்று உணரும் சிந்தையான்,
அங்கு அது வேரோடும் அங்கை தாங்கினான்;
பொங்கிய விசும்பிடைக் கடிது போகுவான்.

யுத்த காண்டம் - மருந்துமலைப் படலம் - 8766

தற்கால நவீன மருத்துவத்திலும் தலையில் அடிபட்டு அல்லது அதிக ரத்தக்கசிவு நேரும் விபத்துக்களின்போது, அடிபட்டவரை மருத்துவ சிகிச்சைக்கு முதல் ஒரு மணிநேரத்திற்குள் கொண்டு வந்தால் அவரைக் காப்பாற்றுவது சாத்தியம் என்பதுபோல, அந்த முதல் ஒரு மணி நேரத்தை 'கோல்டன் ஹவர்' என்பார்கள்.

அனுமன் மருந்து மூலிகையைத் தேடுவதில் நேரத்தை விரயம் செய்யாமல் மலையோடு பெயர்த்து வந்தது அப்படிப்பட்ட ஒரு சிந்தனையுடன்தான் என்று விவரிக்கிறான் கம்பன்.

அவசரம் புரிந்து நடத்தல்

Sense of urgency

அனுமன் இலங்கையில் இருந்து திரும்பிவிட்டான். நேராக தன்னை ஊக்கப்படுத்தி அனுப்பிய அங்கதன், ஜாம்பவான் மற்றும் வானரவீரர்கள் இருக்குமிடத்திற்குத்தான் முதலில் வந்தான். அவர்களுக்கு வணக்கம் சொல்லி, விவரமும் சொல்லிவிட்டான். அதன் பிறகு...

நல்ல செய்தியால் குதூகலம் அடைந்த வானரக்கூட்டம் ராமனைச் சந்திப்பதற்காக அனுமனுடன் சந்தோஷமாகக் கிளம்புகிறது. ஆனால் உடன் தயங்கி நின்று...

'ஏதநாள் இறந்த; சால வருந்தினது இருந்த சேனை;
ஆதலால் விரைவின் செல்லல் ஆவதுஅன்று;அளியம் எம்மைச்
சாதல் தீர்த்து அளித்த வீர! தலைமகன் மெலிவு தீரப்
போது நீ முன்னர்' என்றார்; 'நன்று' என அனுமன் போனான்.

சுந்தர காண்டம் - திருவடி தொழுத படலம் - 6018

'நல்ல செய்தியோடு வந்திருக்கிறாய். அதை உடனே ராமனின் துயரத்தைத் தீர்க்கும் விதமாக உடனடியாகத் சென்று தெரிவிக்கவேண்டும். எங்களால் உன்னைப்போல் வேகமாகச் செல்லமுடியாது. அதனால் நீ மட்டும் முதலில் விரைந்து சென்று நல்ல செய்தியை ராமனுக்குச் சொல்' என்கிறார்கள் வானரர்கள். அதற்கு சரி என்று சொல்லி அனுமன் தன் பயணத்தைத் தொடர்கிறான் என்கிறான் கம்பன்.

இந்த ஒரு பாடலில்தான் எவ்வளவு செய்திகள்!

நாங்களும் வருகிறோம் என்ற உடன் சந்தோஷத்தில் கிளம்புவது இயல்புதான். ஆனால் அந்த நிலையிலும், நிலைமையின் தீவிரத்தை உணர்ந்து பேசுகிறார்கள் வானரர்கள். அதுதான் பெர்ஸ்பெக்டிவ் - Perspective. எது, எதை, எப்போது, எவ்வளவு, யார் என்கிற விபரங்கள் புரிந்து நடத்தல். Sense of urgency உடன் அனுகுதல் - அதை வானரக் கூட்டம் சொல்லியது என்று கம்பன் சொல்லுவதையும் இங்கே கவனிக்கவேண்டும்.

அடுத்து, அவர்கள் சொல்லிய பின், 'ஆமாம் அதுதான் சரி' என்று அனுமன் வேகமாகப் போனான் என்கிறானே கம்பன், அங்கேதான் அவனுடைய மேலாண்மைச் சிந்தனை வியக்க வைக்கிறது.

அதுவரை அனுமன் அப்படி நினைக்கவில்லையாம். அவன் அவனுடைய கூட்டத்துடன்தான் அவர்கள் வேகத்தில்தான் அவனும் ராமனைச் சந்திக்கப் போக எத்தனித்தானாம். கூட்டம்தான் திடீரென அந்தச் சிந்தனை வரப்பெற்று அவ்வாறு சொன்னதாம். அதன்பிறகு அனுமன் அதை ஏற்றுக்கொண்டு தனியே வேகமாகப் போனானாம்.

அனுமனுக்கே தெரியாதா என்ன? ஆனாலும் தன் குழுவிற்கு ஒரு மரியாதை கொடுக்கும் தலைவன் அனுமன்! Respect for people for team.

—— கவனக் குவிப்பு ——

Focus

சீதையை ராவணன் தூக்கிச் சென்றுவிட்டான். ராம லக்வகுனர் பதற்றத்துடன் ஓடி வந்து பார்த்தால் ராமன் அச்சப்பட்டது போலவே சீதையைக் காணோம். வெறும் தவச்சாலைதான் இருக்கிறது. ராமன் திகைத்து நிற்கிறான்.

அப்போது லக்குவன்,

'தேரின் ஆழியும் தெரிந்தனம் தீண்டுதல் அஞ்சிப்
பாரினொடு கொண்டு அகழ்ந்ததும் பார்த்தனம் பயன் இன்று
ஒரும் தன்மை ஈது என் என்பது, உரன் இலாதவர்போல்
தூரம் போதல்முன் தொடர்தும் 'என்று, இளையவன் தொழலும்.

ஆரண்ய காண்டம் - ஜடாயு உயிர் நீத்த படலம் - 3478

தேர்ச் சக்கர வடு தெரிகிறது. தொட்டுத் தூக்க அஞ்சி ராவணன் சீதையைத் தரையோடு பெயர்த்து எடுத்துச் சென்றிருப்பதும் லக்குவனுக்குப் புரிகிறது. இச்சூழலில் அவன் சொல்கிறான், 'வலிமையற்றவர்களைப் போல், இது எவ்வாறு நடந்தது என்று சிந்தித்துக் கொண்டிருப்பதில் எந்தப் பயனும் இல்லை. அது வீண் வேலை. அவன் வெகுதூரம் செல்வதற்கு முன் அவனைப் பின் தொடர்வோம் வாருங்கள்.'

குழப்பம் மிகும் நேரத்தில்தான் மிகத் தெளிவாகச் சிந்திக்க வேண்டும். உரியவற்றைக் கவனித்துச் சரியான முடிவெடுத்துச் செயலாற்ற வேண்டும். மற்றவற்றின்மீது செல்லும் கவனம் அதற்குத் தடையாக அமைந்துவிடும். எனவே கவனம் கலையக்கூடாது. அதுபோலவே நடந்து போனதை நினைத்துத் துயரம்கொண்டு அரற்றிக்கொண்டிருப்பதாலும் எந்தப் பயனும் இல்லை. காலம் தாழ்த்தாமல் செய்யவேண்டிய காரியத்தின்மீது கவனத்தைத் திருப்பவேண்டும். அதைத்தான் செவ்வனே லக்குவன் செய்ததாகக் கம்பன் கூறுகிறான்.

——— சிந்தனையில் தெளிவு ———

Clarity in thinking

ராமனும் லக்குவனும் ஓடுகிறார்கள். கீழே சிதறிக்கிடப்பதை யெல்லாம் ஒவ்வொன்றாக ஆராய்ந்து பார்த்து, சீதையைக் காப்பாற்றுவதற்காக, அவளைத் தூக்கிச் சென்றவனுடன் போராடியது தங்கள் சிறிய தந்தை ஜடாயு எனக் கண்டுகொள்கிறார்கள். தூக்கிச் சென்றவன் எவன் என்று அவர்களுக்கு அதுவரைத் தெரியவில்லை. அப்போது லக்குவன்தான்,

திருவின் நாயகன் உரைசெய சுமித்திரை சிங்கம்,
'தருவின் நீளிய தோள் பல, தலை பல, என்றால்,

பொருது தாதையை இத்தனை நெறிகொடு போனான்
ஒருவனே, அவன் ராவணன் ஆம்'என உரைத்தான்.

ஆரண்ய காண்டம் - ஜடாயு உயிர் நீத்த படலம் - 3493

மரங்களைப் போல நீண்ட தோள்கள் பலவும், தலைகள் பலவும் இங்கே சிதறிக்கிடக்கின்றன. அப்படியென்றால், நம் சிறிய தந்தை ஜடாயுவுடன் போர் செய்து அவரை இவ்வளவு தூரம் கொண்டு வந்தவன் ஒருவனாகத்தான் இருக்க முடியும். அவன் பத்து தலைகள் இருபது கைகளை உடைய ராவணனாகத்தான் இருக்கவேண்டும் என்கிறான். அந்த லக்குவனைத்தான் கம்பன் சுமித்திரை சிங்கம் என்று வர்ணித்து மகிழ்கிறான்.

லக்குவனால் சரியாக யூகிக்க, கணிக்க முடிகிறது. அவ்வளவு சிக்கலான நேரத்திலும் தெள்ளத் தெளிவாக நிதானமாக யோசிக்கிறான் என்றால் அவன் எத்தனை பெரிய அறிவாளி.

4

ஆட்ட வியூகம் – யுக்தி

Game plan, Strategy

தான் விரும்பும்வகையில் ஆட்டத்தை முடிக்கத் திட்டங்கள் தீட்டுவதுண்டு. குறிப்பிட்டவகையில் ஆட்டத்தைக் கொண்டு செல்வதுண்டு. அதை 'கேம் பிளான்' என்று சொல்வார்கள். வகுக்கப்படும் அந்த வியூகம் அல்லது தீட்டப்படும் அந்த உத்தி, மாற்று அணியினரை, போட்டியாளரை, எதிரியை ஆட்டத்தில் வீழ்த்துவதற்கான திட்டமாக இருக்கும். அடுத்தவரை தன் வலையில் வீழ்த்தி, தன் விருப்பத்திற்கு ஆட வைப்பது. நிறுவனங்களின் உள்ளேயும், நிறுவனங்களுக்கு இடையேயும், ஏன் தேசங்களுக்கு இடையே கூட இப்படிப்பட்ட வியூகங்கள் உருவாக்கப்படுவதுண்டு.

கம்பராமாயணத்தில் இப்படிப்பட்டத் திட்டங்கள், வியூகங்கள் சில அழகாகக் காட்டப்பட்டிருக்கின்றன. அவற்றில் ஒன்று சூர்ப்பனகை செய்யும் தந்திரம்.

தற்செயலாகக் காட்டில் ராமனைப் பார்த்த சூர்ப்பனகை அவனை மோகிக்கிறாள். ராமன், தான் திருமணமானவன் என்று மறுப்பதுடன் லக்குவனைக் கை காட்டிவிட்டு தான் தப்பித்துக்

கொள்கிறான். சூர்ப்பனகை லக்குவனனை அணுகி அவனிடம் தனது ஆசையைத் தெரிவிக்க லக்குவனும் அவளை ஏற்க மறுத்துவிடுகிறான். அதற்குப்பின்பும் சூர்ப்பனகை வரம்பு மீறி நடந்துகொள்ள, லக்குவன் சூர்ப்பனகையின் மூக்கையும் வாயையும் வாளால் அறுத்துவிடுகிறான்.

தனது ஆசை நிராசையாகி அவமானப்படுத்தப்பட்டதால் ஆத்திரம் கொண்டு கோபாவேசமாக தன் அண்ணன் ராவணனிடம் போய் புகார் செய்து ராம லக்குவனனைப் பழிவாங்கச் சொல்லவேண்டும் என்பதுதான் முதலில் சூர்ப்பனகையின் எண்ணமாக இருந்தது. ஆனால் அவள் மேலும் தெளிவாகச் சிந்தித்து அங்கு நடந்தவற்றை தன் அண்ணணிடம் அப்படியே சொல்லாமல், இதற்குச் சற்றும் சம்பந்தமில்லாத சீதையின் அழகை பெரிதாக ராவணனிடம் எடுத்துச் சொல்லும் காரணம்தான் என்ன?

இங்கே கம்பன் காட்டுவது சூர்ப்பனகை எப்படி ஒரு தந்திரம் செய்கிறாள் என்பதைத்தான். அவள் ராமனும் லக்குவனும் தனது அண்ணனால் பாதிக்கப்படவேண்டும் என்று கருதுகிறாள். அதற்கு அவளுக்கு ஓர் உபாயம் தேவைப்படுகிறது. அதற்காக அவள் வகுக்கும் கேம் பிளான், அதாவது ஆட்ட வியூகம்தான் சீதையின் அழகை வர்ணித்து ராவணனின் ஆசையைத் தூண்டுவது.

இரைத்த நெடும்படை அரக்கர் இறந்தனை
மறந்தனள், போர் ராமன் துங்க
வரைப் புயத்தினிடை கிடந்த பேர்ஆசை
மனம் கவற்ற, ஆற்றாள் ஆகி,
திரைப்பரவைப் பேர் அகழித் திண்
நகரில் கடிது ஓடி, 'சீதை தன்மை
உரைப்பேன்' எனச் சூர்ப்பனகை வர,
இருந்தான் இருந்த பரிசு உரைத்தும் மன்னோ

ஆரண்ய காண்டம் - சூர்ப்பனகை சூழ்ச்சிப் படலம் - 3067

சீதையின் அழகை பலவாறாக வர்ணித்துவிட்டு, அப்படிப்பட்ட 'அழகிய சீதையை உன்னிடம் சமர்ப்பிக்கலாம் என்று கருதி அவளைத் தூக்க முயன்றேன். அதனால் ராம லக்குவன் இருவரும் என்னைப் பங்கப்படுத்தி விட்டார்கள். அப்போதே நான் என் உயிரை விட்டிருப்பேன். ஆனால், இந்தத் தகவலை உன்னிடம் சொல்லிவிட்டு உயிர்விடலாம் என்று எண்ணியே இங்கு வந்திருக்கிறேன்' என்கிறாள்.

‘அன்னவள்தன்னை நின்பால்
உய்ப்பல் என்று அணுகலுற்ற
என்னை, அவ் ராமன் தம்பி
இடை புகுந்து, இலங்கு வாளால்
முன்னை மூக்கு அரிந்துவிட்டான்;
முடிந்தது என் வாழ்வும்; உன்னின்
சொன்னபின், உயிரை நீப்பான்
துணிந்தனென்’என்னச் சொன்னாள்.

ஆரண்ய காண்டம் - சூர்ப்பனகை சூழ்ச்சிப் படலம் - 3147

அடிபட்ட புலி போன்ற சூர்ப்பனகை, எதைச் சொன்னால் அண்ணன் உடனே கிளம்புவான், அதன் மூலம் தன்னை அவமானப்படுத்திய வற்குப் பதிலடி கொடுக்கலாம் என்று யோசித்தே தந்திரமாகத் திட்டமிட்டு அப்படிச் சொல்கிறாள்.

——— வினைத் திட்டம் ———

Strategy

ஸ்டிராஜி என்பதைக் கம்பன் தமிழில் ‘வினயம்’ என்கிறான்.

வாலியைக் கொல்ல ஒரு வழி

சுக்கிரீவனுக்கு உதவுவதற்காக ராமன் வாலியைக் கொல்லச் சம்மதிக்கிறான். ஆனால், வாலி வாங்கி வைத்திருக்கும் ஒரு வரத்தால், எவராலும் வாலியுடன் நேருக்கு நேர் நின்று போரிட்டு அவனைக் கொல்லமுடியாது. அதனால், ராமனே சுக்கிரீவனிடம் அதற்கு ஓர் உபாயம் சொல்கிறான்.

அவ்விடத்து ராமன், ‘நீ அழைத்து, வாலி ஆனதோர்
வெவ்விடத்தின் வந்து, போர் விளிக்கும் ஏல்வை, வேறு நின்று
எவ்விடத் துணிந்து அமைந்தது; என் கருத்து இது’என்றனன்;
தெவ் அடக்கும் வென்றியானும், ‘நன்று இது’ என்று சிந்தியா.

கிட்கிந்தா காண்டம் - வாலி வதைப் படலம் - 3944

ராமன் சுக்கிரீவனிடம் ‘வாலியை நீ போருக்குக் கூப்பிடு. நான் மறைவிடத்தில் இருந்து அம்பைச் செலுத்துகிறேன். இதுதான் நான் நிச்சயித்துச் செய்த கருத்தாகும்’ என்கிறான். அதற்கு சுக்கிரீவன், ‘இது நல்ல ஆலோசனை’ என்கிறான்

‘நீ வாலியைப் போருக்குக் கூப்பிடு. நான் மறைந்து நின்றுக் கொல்கிறேன்’ என்று ராமன் சொன்ன அந்த வித்தியாசமான

வழிமுறைதான் அவர்கள் செய்ய விரும்பிய காரியத்தைச் செய்து முடிக்க உதவியது.

தாரை சொல்லும் மந்திரம்

ராம லக்குவனர்கள் சுக்ரீவனுடன் நட்பு பாராட்டி ஆயிற்று. வாலியையும் வென்று சுக்ரீவனுக்கு முடிசூட்டி ஆயிற்று. அதன் பிறகு ராமனுடைய தேவையான சீதையை கண்டுபிடிக்கும் வேலை ஆரம்பிக்கப்படவே இல்லை. நாட்கள் ஓடிக் கொண்டிருக்கின்றன.

சுக்கிரீவனின் மெத்தனத்தால் கோபம்கொண்ட ராமன், லக்குவனை கிட்கிந்தாவிற்கு அனுப்ப, லக்குவன் வேகமாக வந்து கோபத்தில் மதில்களைக் கால்களால் உதைக்கிறான். இதைக் கேள்விப்பட்ட வாலி மற்றும் சுக்கிரீவனின் மனைவியான தாரை, லக்குவனின் கோபத்தைக் கண்டு கவலைப்பட, அந்த நிலைமையைச் சமாளிக்கத் தாரைக்கு ஒரு நல்ல உபாயத்தைச் சொல்கிறான் அனுமன்.

> 'அனையர் உள்ளமுமாள் வளையாய் அலர்
> மனையின் வாயில் வழியினை மாற்றினால்,
> நினையும் வீரன் அந் நீள் நெறி நோக்கலான்;
> வினையம் ஈது' என்று, அனுமன் விளம்பினான்.

கிட்கிந்தா காண்டம் - கிட்கிந்தைப் படலம் - 4310

'சிந்தித்து முடிவெடுக்கும் லக்குவன், பெண்கள் அநேகம் பேர் நின்றுகொண்டிருக்கும் வழியில் நீண்ட தூரம் செல்வதை விரும்ப மாட்டான். அதனால் சில பெண்களுடன் நீங்கள் அங்கு சென்று அரண்மனை வாசலில் நின்றுகொள்ளுங்கள்' என்று ஒரு வினயம் சொன்னான் அனுமன் என்கிறான் கம்பன்.

'லக்குவன் பெண்களை ஏறெடுத்தும் பார்க்கமாட்டான். அதனால், மதில்கள் இருக்கும் இடத்தில் சில பெண்களை நிற்கச் செய்யவேண்டும்' என்பதுதான் அனுமன் சொல்லும் வினயம் - உபாயம் - ஸ்டிராடிஜி. அது வேலையும் செய்கிறது.

திட்டமிட்டு வம்புக்கு இழுப்பது

அசோகவனத்தில் சீதையைப் பார்த்தாயிற்று. அவளிடம் சொல்ல வேண்டிய தகவல்களைத் தெரிவித்தாகிவிட்டது. இனி கிளம்பிப் போகவேண்டியதுதான். ஆனால், அதற்குமுன் ராவணனுக்குத் தகவல் சொல்லவேண்டும். அவனை எச்சரிக்கவேண்டும் என்று

நினைக்கிறான் அனுமன். அதற்கு என்ன செய்யலாம் என்று சிந்தித்த அனுமன், தான் இருக்கும் இடத்திற்கே அரக்கர்களை வரவழைத்து அழிக்கவேண்டும் என்று திட்டமிடுகிறான். அரக்கர்களை எப்படிப் போருக்கு அழைப்பது? என்ன செய்தால் அவர்கள் வருவார்கள்? என்று அனுமன் யோசித்தான். அப்படி யோசித்த அறிவாளன் அனுமன் என்ன செய்தான் என்பதைக் கம்பன் எழுதுகிறான்.

> 'இத இயல் இது' என, முந்தே இயைவுற, இனிது தெரிந்தான்;
> பதஇயல் அறிவு பயந்தால், அதின் நலபயன் உளது உண்டோ?
> சிதவு இயல் கடிபொழில் ஒன்றே சிதறிய செயல் தரு திண் போர்
> உதவு இயல் இனிதின் உவந்தான்; எவரினும் அதிகம் உயர்ந்தான்.

சுந்தர காண்டம் - கிங்கரர் வதை படலம் - 5509

ராவணன் ஆசை மிகுதியால் தூக்கி வந்து, சீதையைக் காவலில் வைத்திருக்கும் இந்த அசோகவனத்தை அடித்து ஒடித்து துவம்சம் செய்வதன் மூலம், அரக்கர்களின் கவனத்தைத் தன் பக்கம் திருப்புவது மட்டுமல்லாமல், அவர்களை வெகுண்டு எழுந்து வந்து போர் செய்யவும் செய்யலாம் என்ற திட்டத்துடன் தான், அனுமன் அசோகவனத்தை அழிக்கத் தொடங்குகிறான்.

Hit the enemy where it hurts them the most என்பார்களே அப்படி. எங்கே அடித்தால் எதிரிக்கு அதிகம் வலிக்கும் என்று யோசித்து அங்கே அடிப்பதும்கூட ஒரு கேம் பிளான்தான். இங்கே அனுமன் ஆட்டத்தின் போக்கு எப்படிப் போகவேண்டும் என்று யோசித்து அதற்கு எதைச் செய்தால் சரியாக இருக்கும் என்று சிந்தித்துச் செயல்பட்டிருக்கிறான். எதைச் செய்தால் அவர்கள் சண்டைக்கு வருவார்கள் என்று திட்டமிட்டேதான் அசோகவனத்தை அனுமன் அழிக்கிறான் என்கிறான் கம்பன்.

கும்பகர்ணன் சொல்லும் யோசனை

ராவணனை அழித்து சீதையை மீட்டுச் செல்ல, ராமன் பெரும் படையுடன் இலங்கைக்கு வந்துவிட்டான். என்ன செய்வது? என்று ஆலோசிக்கையில் கும்பகர்ணன் சொல்கிறான்,

> ஊறுபடை ஊறுவதன் முன்னம், ஒரு நாளே
> ஏறுகடல் ஏறி, வானரை எல்லாம்
> வேறு பெயராத வகை, வேரோடும் அடங்க
> நூறுவதுவே கருமம்' என்பது நுவன்றான்.

யுத்த காண்டம் - ராவணன் மந்திரப் படலம் - 6126

பகைவர்களது படை நம்மை நோக்கி வரும் முன்னே, நாமே ஓரே நாளில் பெரிய கடலைக் கடந்துச் சென்று குரங்குப் படைகள் அனைவரையும் அவர்கள் வேறு இடங்களுக்குப் பெயர்ந்து சென்றுவிடாதபடி மடக்கிக் கொன்று அழித்துவிடலாம் என்கிறான்.

நம்மை தற்காத்துக்கொள்ள சிறந்த வழி, எதிரிகள் வரட்டும் என்று காத்திராமல் நாம் முந்திக் கொண்டு சென்று அவர்களைத் தாக்குவதுதான் என்கிற பொருளில் Offence is the best defence என்பார்கள். கும்பகர்ணன் சொல்வது ஒரு கேம் பிளான்.

இந்திரஜித்தின் யுத்த தந்திரம்

கம்ப ராமாயணத்தில் யுத்த காண்டத்தில் ஒரு நிகழ்வு. இந்திரஜித்து ஆக்ரோஷமாகப் போரிடுகிறான். எல்லாப் பாணங்களையும் பிரயோகப்படுத்துகிறான். ஆனாலும் எதிரிகளை வீழ்த்த முடிய வில்லை.

ராவணனிடம் சொல்கிறான், 'நான் முயற்சித்தவை ராமனை ஒன்றும் செய்யவில்லை. அவன் சாதாரண மனிதன் அல்ல என்பதைப் புரிந்து கொண்டேன். ஆனால், போரில் அதையெல்லாம் எண்ணுவதாலோ பேசுவதாலோ பலனில்லை.

உங்கள் துன்பங்கள் எல்லாம் தீர்வதற்கு நிகும்பலை எனும் இடத்தில் நான் யாகம் செய்தால் போதும். ஆனால் அதற்கு ராம லக்குவர்கள் விடமாட்டார்கள். காரணம் விபீடணன் இதை அவர்களுக்குச் சொல்லிவிடுவான். அதனால், அவர்கள் கவனத்தைத் திசை திருப்ப நான் ஓர் உபாயம் சொல்கிறேன்' என்கிறான்.

> சானகி உருவமாகச் சமைத்து, அவள் தன்மை கண்ட
> வான்உயர் அனுமன் முன்னே, வாளினால் கொன்று மாற்றி,
> யான் நெடுஞ்சேனையோடும் அயோத்திமேல் எழுந்தேன்
> என்னப் போனபின், புரிவது ஒன்றும் இலாது, அவர் துயரம் பூண்பார்

யுத்த காண்டம் - மாயா சீதைப் படலம் - 8854

எவ்வளவு எளிமையான பாடல். உரைநடைபோலவே இருக்கிறதல்லவா!

'சீதையைப் போன்றே ஒரு மாயச் சீதையை உருவாக்கி, அதை போர்க்களத்திற்குக் கொண்டுபோய் அவர்கள் கண் முன்னால்

வெட்டிக்கொன்றுவிடுகிறேன். அப்படிச் செய்துவிட்டு, தொடர்ந்து, 'நான் இப்போதே அயோத்திக்குப் போகிறேன். அங்கே சென்று பரதனையும் சத்ருக்கனையும் கொல்லப் போகிறேன்' என்று அவர்களிடம் சொல்லிவிட்டு கிளம்பிப் போய், நிகும்பலையில் வேள்வி செய்கிறேன். நான் இப்படிச் செய்ய, 'சீதையை மீட்கத்தானே நாம் இவ்வளவும் செய்தோம். ஆனால் அவளே இறந்துவிட்டாளே!' என்று அவர்கள் துன்பம் அதிகம் கொள்வார்கள்.' என்கிறான்.

என்ன ஒரு தந்திரம்! என்ன ஒரு கேம் பிளான்!

——— ஏற்பாடு அல்லது ஒப்பந்தம் ———

Agreement

கம்பராமாயணத்தில் சில இடங்களில் இப்படிப்பட்ட ஒப்பந்தங்களைப் பார்க்க முடிகிறது. இருபக்கமும் பெரிய படைகள். அந்தப் படைகளுக்கு தலைமை ஏற்று அந்தப் பக்கமும் இந்தப் பக்கமும் இருவர் நிற்கிறார்கள்.

'படைகள் மோதிக்கொள்வது இருக்கட்டும். வருகிறாயா! நீயும் நானும், ஒற்றைக்கு ஒற்றைப் போர் செய்து பார்த்துவிடுவோம்?' என்று பேசிக்கொண்டு, ஒப்புக்கொண்டு சண்டையிடுவது. அப்படி முடிவு செய்து, பேசி ஒப்புக்கொள்வதை 'வஞ்சினம்' என்கிறான் கம்பன்.

'என்தோள் வலி அதனால் எடுத்து யான் எற்றவும், இறவா
நின்றாய் எனின், நீ பின் எனை, நின் கைத்தல நிரையால்
குன்றே புரை தோளாய்! மிடல்கொடு குத்துதி; குத்தப்
பொன்றேன் எனின், நின்னொடு எதிர் பொருக்கின்றிலேன்'

யுத்த காண்டம் - முதற்போர் புரிபடலம் - 7309

'அனுமன் ராவணனிடம் சொல்கிறான். நான் ஒரு குத்து விடுகிறேன். அதை நீ தாங்கினால், உன் இருபது கைகளாலும் என்னை ஒரு குத்து விடு. அதை நான் தாங்காவிட்டால், அதன்பின் உன்னோடு போர் புரிவதையே விட்டுவிடுகிறேன்.'

ராவணன் அதற்குச் சம்மதிக்கிறான். பேசிக்கொண்டபடி முதலில் அனுமன் ஒரு குத்து விடுகிறான்.

'வீரத் திறம் இது நன்று! என வியவா, மிக விளியா,
தேரின் கடிது இவரா, முழுவிழியின் பொறி சிதறா,

ஆரத்தொடு, கவசத்து உடல், பொடிபட்டு உக, அவன் மா
மார்பில் கடிது எதிர் குத்தினான், வயிரக்கரம் அதனால்.

யுத்த காண்டம் - முதற்போர் புரிபடலம் 7272

அனுமன் குத்தியதால் ராவணன் நிலைகுலைந்துப் போகிறான். அந்த இடத்தைச் சுற்றிலுமே அதிர்ச்சி ஏற்படுகிறது. ராவணன் சற்று நேரம் மூர்ச்சித்துத் தள்ளாடுகிறான். தேவர்கள் மகிழ்கின்றனர்.

அடுத்து, உணர்வு வரப்பெற்ற ராவணன், அனுமனின் வீரத்தை, பலத்தைப் பாராட்டுகிறான். பின்பு, ராவணன், நான் விடப்போகும் குத்து எப்படி இருக்கும் தெரியுமா என்று விளக்குகிறான்.

அனுமன், ராவணா தாராளமாக நீ என்னைக் குத்து என்று அந்தக் குத்திற்காக தன் மார்பைக் காட்டுகிறான். ராவணன் தன் பலமெல்லாம் கூட்டி ஓங்கி ஒரு குத்துவிடுகிறான்.

உறுக்கி, தனி எதிர் நின்றவன் உரத்தில், தனது ஒளிர்பல்
இறுக்கி, பலநெடுவாய் மடித்து, எரி கந்தொறும் இழிய
முறுக்கி பொதி நிமிர் பல்விரல் நெரிய, திசை முரியக்
குறுக்கிக் கரம், நெடும் தோள் புறம் நிமிரக் கொடு குத்த.

யுத்த காண்டம் - முதற்போர் புரிபடலம் 7200

ராவணன் எப்படிக் குத்தினான் என்பதைத்தான் கம்பன் எவ்வளவு அழகான சொல் நயத்துடன் பாடுகிறான்! உறுக்கி, இறுக்கி, முறுக்கி, குறுக்கி என்று... சொற்கள் பல முண்டியடித்து வந்து கம்பன் முன் கைகட்டி, என்னைப் பயன்படுத்து... என்னைப் பயன்படுத்து என்று வார்த்தைகள் தங்களைப் பயன்படுத்த வேண்டி வரிசையில் நிற்பது போலல்லவா இருக்கிறது!

எதிராளியைச் சரியாக மதிப்பிடுதல்

Estimating the opponent & competition

தான் வலிமை பொருந்தியவன் என்பதைத் தெரிந்து வைத்திருத்தல் நல்லதுதான். அதேசமயம் தான் யாருடன் மோத இருக்கிறோமோ அவர் வலிமையையும் சரியாகத் தெரிந்து வைத்திருக்கவேண்டும். இல்லையேல் களத்தில் வெற்றி கிடைக்காது.

ராவணன் அதை ஒருபோதும் சரியாகச் செய்ததில்லை. ஆனால் அவனுக்கு வேண்டியவர்கள் அனைவருமே அவனுக்கு

ஒவ்வொரு கட்டத்திலும் அதைப் பற்றி எடுத்துச் சொல்கிறார்கள். அப்படி முதன் முதலில் எடுத்துச் சொல்பவன், ராவணனின் மாமன் மாரீசன்.

காட்டில் ராம லக்குவரோடு இருக்கும் சீதையை எப்படிக் கவர்ந்து வருவது என்று மந்திர தந்திரங்களில் தேர்ந்த தன் மாமன் மாரீசனிடம் ஆலோசனையும் அதற்கு உதவியும் கேட்கிறான் ராவணன். அதற்கு மாரீசன், 'என்னது நீ ராமனுடன் மோத நினைக்கிறாயா! அவன் யார் தெரியுமல்லவா என்று சொல்லி, நீ உன் பெருமையையே நினைத்துக்கொண்டிருக்கிறாயே! அவன் அதைவிடப்பெருமை வாய்ந்தவன் தெரியுமா?' என்று, இப்படிச் சொல்கிறான்.

'எடுத்த மலையே நினையின், 'ஈசன், இகல் வில்லாய்
வடித்த மலை, நீ இடு, வலித்தி' என, வாரிப்
பிடித்த மலை, நாண் இடை பிணித்து ஒருவன் மேல்நாள்
ஒடித்த மலை, அண்ட முகடு உற்ற மலை அன்றோ?'

ஆரண்ய காண்டம் - மாரீசன் வதை படலம் - 3258

'நீ கயிலை மலையைப் பெயர்த்தெடுத்ததைப் பெருமையாக நினைத்துக்கொண்டிருக்கிறாய். அது இமயமலையின் சிகரம்தான். ஆனால் ராமன், மேரு மலையின் மற்றொரு வடிவமான விஸ்வாமித்திரனின் சிவதனுசையே முறித்தவன் தெரியுமல்லவா' என்கிறான்.

5

மனித வள நிர்வாகம்

Human Resource Management

போட்டிகள் நிறைந்த இந்த உலகத்தில் வெற்றி பெற வேண்டுமானல் பல வளங்களும் அவசியம். வளம் என்றால் அது பொருள்கள் சார்ந்ததாகவோ, நிதி சார்ந்ததாகவோ, நேரம் தொடர்பானதாகவோ அல்லது மனிதவளமாகவோ கூட இருக்கலாம். அரசோ, நிறுவனமோ, அமைப்போ, தனிநபரோ வளங்களைப் பயன்படுத்தித்தான் எடுத்த எந்தவொரு செயலையும் முடிக்க இயலும்.

——— வளம் ஒதுக்குதல் ———

Allocation of Resources

ஒவ்வொருவரிடமும் இருக்கும் வளங்களுக்கும் அளவுண்டு. ஓரளவோ அல்லது குறைவாகவோ இருக்கும் அந்த வளங்களை அது பணமோ நேரமோ எதுவானாலும் சரி, தலைவன் அவற்றை மிகச் சிறந்த பலன் தரும் வகையில் பங்கீடு செய்து வெவ்வேறு தேவைகளுக்குப் பயன்படுத்துவான். இதை ரிசோர்ஸ் அலகேஷன் என்பார்கள்.

ராமகாவியத்தில் இரண்டு இடங்களில் அது நடப்பதைக் காணலாம்.

முதலாவது, அனுமன், வாலி வதத்திற்குப் பின், ராமனுடனேயே தங்கி உதவி செய்கிறேன் என்று தெரிவிக்கிறான். அவனது கோரிக்கையை ஏற்க மறுக்கும் ராமன், 'இப்போது சுக்கிரீவன் கிட்கிந்தைக்குப் புதிய அரசன். இந்தச் சமயத்தில் அவனுக்கு உன் உதவி தேவை. அதனால் நீ அவனுடன் போ' என்கிறான்.

நிரம்பினான் ஒருவன் காத்த நிறை அரசு இறுதி நின்ற
வரம்பு இலாத அதனை, மற்று ஓர், தலைமகன் வலிதின் கொண்டால்,
அரும்புவ நலனும் தீங்கும்; ஆகலின், ஐய! நின்போல்
பெரும்பொறை அறிவினோரால் நிலையினைப் பெறுவது அம்மா!'

கிட்கிந்தா காண்டம் - அரசியல் படலம் - 4143

'இத்தகைய ஆட்சி மாற்றங்களின்போது எதுவும் நிகழலாம். ஏதாவது கெடுதல்களும் சம்பவிக்கலாம். எனவே அத்தகைய நிலைமையைச் சமாளிக்க உன்னைப்போன்ற மிகுந்த பொறுமையும், நல்லறிவும் கொண்டவர்களால்தான், அவ்வரசாட்சியினை தடுமாற்றமில்லாமல் நிலைபெறச் செய்ய முடியும்' என்கிறான் ராமன்.

இரண்டாவது இடமும் ராமன் சொல்வதும் செய்வதும்தான் காட்டப்படுகிறது. ராவணனுடான இறுதிப் போர் நடக்கிறது. அது பல்வேறு இடங்களில் நடக்கிறது. லக்குவன், அனுமன், சுக்கிரீவன் ஆகியோரைப் பிரித்து வெவ்வேறு இடங்களுக்கு அனுப்புகிறான் ராமன். அதற்குத் தக்க காரணமும் கூறுகிறான்.

'இப்புறத்து இனைய சேனை ஏவி, ஆண்டு இருந்த தீயோன்,
அப்புறத்து அமைந்த சூழ்ச்சி அறிந்தவன், அயலே வந்து,
தப்பு அறக்கொன்று நீக்கில், அவனை யார் தடுக்கத் தக்கார்,
வெப்பு உறுகின்றது உள்ளம், வீர! நீ அன்றி வில்லோர்?'

யுத்த காண்டம் - மூலபல வதைப் படலம் - 9358

ராமபிரான் லக்குவனிடம், 'வீரனே! சூழ்ச்சி மிக்க ராவணன் அங்கேயே இருந்துகொண்டு மூலபல படையை ஏவிவிட்டு, வேறுபக்கம் வந்து நம் குரங்குப் படைகளை அழித்து ஒழிக்கும் எண்ணம் கொண்டிருக்கலாம். அதனால், அவன் வந்தால் அவனை தடுத்து நிறுத்தும் வல்லமை உன்னை விட்டால் வேறு யாரிடம்

இருக்கிறது? எனவே நீ அங்கேயே இருந்து வானரப்படையைக் காத்து வருவாய்' என்கிறான்.

ராமன் ஒருவனால் மட்டுமே எல்லாவற்றையும் செய்ய முடியாது. தன்னிடம் இருப்பவர்களின் திறமைகளுக்கு ஏற்ப, நிலவும் சூழ்நிலைக்குத் தக்கவரை அனுப்பவேண்டும். அதைத்தான் ராமன் செய்கிறான். அதுதான் ரிசோர்ஸ் அலகேஷன்.

லக்குவனுக்கு நீ போய் உதவு என்று அனுமனிடம் சொல்லுதல்.

தவிர,

> 'ஐய! நிற்கு இயலாது உண்டோ? ராவணன் அயலே வந்துற்று,
> எய்யும் வில் கரத்து வீரன் லக்குவன் தன்னோடு ஏற்றால்,
> மொய் அமர்க்களத்தின், உன்னைத் துணைபெறான் என்னின், முன்ப!
> செய்யும் மா வெற்றி உண்டோ? சேனையும் சிதையும்
> அன்றோ?'
>
> *யுத்த காண்டம் - மூலபல வதைப் படலம் - 9362*

'ஐயனே, உன்னால் செய்ய முடியாத செயல் என்று ஒன்று உண்டா. ராவணன் வேறு வழியாக வந்து வானரசேனை இருக்கும் இடம் அடைந்துவிட்டால் அங்கே லக்குவன் தனியாக நிற்பானே! அவனோடு போர்புரிய ராவணன் எதிர்த்து வந்தானானால் அவனுக்கு உதவி செய்ய உன்னைத் தவிர வேறு யார் இருக்கிறார்கள்? அவன் உன்னைத் துணையாக அடையா விட்டால் அவனுக்குப் பெரிய வெற்றி எப்படிக் கிடைக்கும்? அதைவிட, நமது வானரச் சேனையும் சிதைந்து சின்னா பின்னமாகிவிடுமே.' எப்படி ராமன், அனுமனை அழைக்கிறான் பாருங்கள். 'ஐயனே' என்கிறான்.

வானரச் சேனை இருக்கும் இடம் எப்படி இருக்கும், அங்கு என்ன நிகழும் என்பதைக் கற்பனை visualize - விஷ்வலைஸ் செய்து பார்க்கிறான். தம்பி லக்குவனுக்குப் பாதுகாப்பு வேண்டும். அது அனுமன் வடிவில் இருந்தால் சிறப்பு என்று எண்ணுகிறான். வானரச் சேனை அழியக்கூடாது என்று நினைக்கிறான். அனுமனிடம் நீ அங்கே போவதுதான் தக்கது என்று தீர்மானமாகச் சொல்கிறான்.

Strategy, Concern, Empathy, Articulation, Analysis, Leadership என்று எவ்வளவோ இந்த ஒரு பாடலில் இருக்கிறது. எதைச் சொல்வது, எதை விடுவது!

விபீடணனையும் லக்குவனுடன் போய் இருக்கச் சொல்லுதல்.

நீ அவர்கள் செய்யும் மாயங்கள்பற்றி அவ்வப்போது விளக்கு என்கிறான்.

> ‘வீடண! நீயும் மற்று உன் தம்பியொடு ஏகி, வெம்மை
> கூடினர் செய்யும் மாயம் தெரிந்தனை கூறி, கொற்றம்
> நீடுறு தானை தன்னை தாங்கினை நில்லாய் என்னின்,
> கேடு உளதாகும்’என்றான்; அவன் அது கேட்பதானான்.

யுத்த காண்டம் - மூலபல வதைப் படலம் - 9365

‘விபீடணா, நீயும் உன் தம்பியாகிய லக்குவனோடு சென்று, அரக்கர்கள் செய்கின்ற மாயங்களை ஆராய்ந்து அதை லக்குவனுக்கு எடுத்துச் சொல்லி, நமது சேனைக்கு எந்தத் தொல்லையும் வராது நீ பார்த்துக்கொள்ளவில்லையென்றால் நமக்கு பெருந்தீங்கு உண்டாகும்’ என்கிறான்.

‘உன் தம்பி லக்குவன்’ என்கிறான். என் தம்பி இல்லை. பொதுவாக வெறுமனே தம்பி என்றும் சொல்லவில்லை. உன் தம்பி என்கிறான். குகனோடு ஐவர் விபீடணனொடு எழுவர் என்பது உண்மையில் அவன் உள்ளத்தில் இருந்து வந்த வார்த்தை.

குகன் மட்டும்தான் அண்ணன். மற்றவர் எல்லாம் தம்பிகள்.

அனுமனைப் போகச் சொல்லியாயிற்று. அதுவும் அனுமன் ராமனோடு இருக்கிறேன் என்று கேட்டதால். அனுமனுக்கு பதில் சொல்லிய ராமன் அதன் தொடர்ச்சியாக, ‘நீயும் லக்குவனோடு போ’ என்கிறான் விபீடணனிடம். அதற்குக் காரணம் சொல்கிறான். ‘நீ அவர்களுடன் இருந்தால் அரக்கர்கள் செய்யும் மாயங்களை விளக்கி உதவுவாய்’ என்கிறான்.

மீண்டும் அதேதான். Empathy, Simulate செய்துபார்ப்பது, தம்பியை வலிமைப்படுத்துவது. போன்றவையெல்லாம் மிகச் சிறந்த தலைமை குணங்கள் - லீடர்ஷிப் ட்ரெயிட்ஸ்.

எல்லோருடைய பலங்களையும் ஒரு தலைவனாக உணர்ந்திருப்பது, அதைப் பயன்படுத்துவது, அவர்களிடம் அதை தாராளமாகச் சொல்லுவது, கிரெடிட் கொடுப்பது... தான் அவதாரமே ஆனாலும் மற்றவர் பெருமை பேசி, அவர்கள் உதவி பெற்று, அந்த உதவியை பாராட்டுவது.

அட, அட!

வேலைக்கு ஏற்ற நபர் தேர்வு

Selecting a right person for the task on hand

சீதா தேவியைக் காணோம். பல இடங்களில் தேடிப்பார்த்தாயிற்று. காணவில்லை. பின்பு ராம லக்குவனருக்கு அனுமன் மற்றும் சுக்கிரீவனின் நட்பு கிடைக்கிறது. அவர்களும் தேடுகிறார்கள். அனுமனுடன் அங்கதன், ஜாம்பவான் மற்றும் நீலன் போன்றோர் ஒரு கூட்டமாக ஒரு குறிப்பிட்ட திசையில் தேடிப் போகிறார்கள்.

நாட்கள் ஓடுகின்றன. என்ன தேடியும் கண்டுபிடிக்க முடியவில்லை. சோர்ந்தும் களைத்தும் போகிறார்கள். அப்போது சீதா தேவியை ராவணன் இலங்கைக்கு தூக்கிச் சென்றதையும் கடுமையான காவலில் வைத்திருப்பதையும் தான் பார்த்ததாக குற்றுயிரும் குலையுயிருமாகக் கிடந்த கழுகுகளின் அரசனான சம்பாதி அவர்களுக்குச் சொல்கிறான். தவிர, அங்கே இலங்கையில் காவல் கடுமையானது என்றும் எச்சரிக்கிறான். மேலும் சம்பாதியே சொல்கிறான்; 'உங்களுக்கு இரண்டு வழிகள் உள்ளன. உங்களில் யாராவது ஒருவர் மாறுவேடத்தில் இலங்கைக்குப் போய்த் தேடலாம் அல்லது ராமனிடம் இந்தத் தகவலைத் தரலாம்' என்றும் ஆலோசனை தருகிறான்.

இலங்கைக்குப் போய்த் தேடலாம் என்று முடிவுசெய்கிறார்கள். கடல் தாண்டிப் போகவேண்டுமே. யாரால் போகமுடியும்? எவர் போனால் வேலை முடியும் என்று ஆலோசனை நடக்கிறது.

என்னால் முன்பெல்லாம் முடிந்தது. தற்சமயம் என் காலில் ஓர் ஊனம் ஏற்பட்டுவிட்டது. அதனால் முடியாது என்கிறார் ஜாம்பவான்.

> ஆதலின் இப் பேர் ஆர்கலி குபுற்று அகழ் இஞ்சி
> மீது கடந்து, அத்தீயவர் உட்கும் வினையோடும்
> சீதைதனைத் தேர்ந்து, இங்கு உடன் மீளும் திறன் இன்று...
> என்று ஓதி இறுத்தான் – நாலுமுகத்தான் உதவுற்றான்.

கிட்கிந்தா காண்டம் - மயேந்திரப் படலம் - 4716

அடுத்து, நீலனும் அங்கதனும் தங்களால் முடியாது என்கிறார்கள் (4822).

எவரும் கேட்டுக்கொண்டதால் இவர்கள் விளக்கம் சொல்ல வில்லை. அவர்களாகவே சொல்கிறார்கள். அதன்பிறகு, இந்த வேலையை முடிக்க சரியானவன் அனுமனே என்று ஜாம்பவான் சொல்கிறார். அப்படியே செய்யலாம் என்று முடிவாகிறது.

தகுதி அடிப்படையில் தேர்வு

Selecting on merit

அப்படித் தேர்வு செய்துவிட்டு, அனுமனிடம் அதற்கானக் காரணங்களை ஜாம்பவான் சொல்கிறார். நான் சொல்கிறேன் அனுமன் போகட்டும் என்று கட்டளையாகவோ, அல்லது வேறு எவரும் இல்லை அதனால் அனுமனே செல்லட்டும் என்று மேம்போக்காகவோ அல்ல. 'இதனால் இதனை இவன் முடிப்பான் என்று...' ஆய்ந்து பார்த்துச் சொல்கிறார்.

அனுமனிடம் இருக்கும் பொருத்தமானத் தகுதிகளை ஜாம்பவான் மூலம் கம்பன் அற்புதமாகப் பட்டியல் இடுகிறார். அவை, வியப்பூட்டும் அளவு தற்போதைய நவீன மேலாண்மையில், குறிப்பாக மனித வளத்துறையில் சொல்லப்படுபவை.

அனுமனே,

'மேலை விரிஞ்சன் வீயினும், வீயா மிகை நாளிர்;
நூலை நயந்து நுண்ணிது உணர்ந்தீர் நுவல்தக்கீர்
காலனும் அஞ்சும் காய்சின மொய்ம்பீர்; கடன் நின்றீர்;
ஆலம் நுகர்ந்தானாம் என, வெம்போர் அடர்கிற்பீர்'

கிட்கிந்தா காண்டம் - மயேந்திரப் படலம் - 4719

'யாவரினும் மேம்பட்டவன் நீ. பிரம்மனே அழித்தாலும் அழியாதவன் நீ (Eternal), சரித்திர நூல்களையும் கற்றறிந்தவன் நீ (Educated, Learned). அதைத் தக்க சமயத்தில் சொல்லத்தக்கச் சொல் வன்மையும் உடையன் நீ (Communication – Articulation skills), கொடிய போரை மேற்கொண்டு எல்லோரையும் அழிக்கும் வல்லமையும் உனக்கு உண்டு (Practical and Field work).

வெப்புறு செந்தீ, நீர், வளியாலும் விளியாதிர்;
செப்புறு தெய்வப் பல்படையாலும் சிதையாதிர்
ஒப்பு உறின், ஒப்பார் நும்அலது இல்லீர்; ஒருகாலே
குப்புறின், அண்டத்து அப்புறமேயும் குதிகொள்வீர்.'

கிட்கிந்தா காண்டம் - மயேந்திரப் படலம் - 4720

அழிக்க முடியாதவர், உவமை கூற இயலாதவர், (Traits) இவ்வுலகத்துக்கு அப்பால் உள்ள அண்ட கோளத்தைக் கூட தாண்டும் வல்லமை உடையவர் (Meeting the requirement for the task on hand - to go across the sea) நீவீர்.

'நல்லவும் ஒன்றோ, தீயவும் நாடி, நவை தீரச்
சொல்லவும் வல்லீர்; காரியம் நீரே துணிகிற்பீர்;
வெல்லவும் வல்லீர்; மீள்வும் வல்லீர், மிடல் உண்டேல்,
கொல்லவும் வல்லீர்; தோள்வலி என்றும் குறையாதீர்!'

கிட்கிந்தா காண்டம் - மயேந்திரப் படலம் - 4721

நன்மை தீமைகளைக் கண்டறிந்து சொல்லும் சொல்வன்மை (Articulation) பெற்றவர்... எவர் துணையும் இன்றி தனியாகத் தீர்மானம் செய்து அதைச் செயல்படுத்துவதிலும் வல்லவர் நீர் (Decision making & Implementation).

ஜாம்பவான் மேலும் காரணங்களை அடுக்கிக்கொண்டே போகிறான்.

பெரிய உருவமும் எடுப்பீர், சிறிய உருவமும் எடுக்க வல்லவர் (Multiple talent & Adaptability) இதுவரை உங்கள்மீது பழிச் சொல்லே இல்லை (Clear Track Record). *4721*

தர்மம் தெரிந்தவர், வலிமை பொருந்தியவர் (Ethical & Strong). *4722*

உண்மையே பேசுபவர், பிரம்மச்சாரி, (Honest & high on Integrity). *4823, 4824*

ராம பிரானிடம் பக்தி கொண்டவர் (Loyalty) சீதையைத் தேடும் பணியில் உறுதியாக இருப்பவர் (Committed). *4725*

அப்பப்பா, ஒருவரை ஒரு குறிப்பிட்ட பணிக்குத் தேர்வு செய்ய எவ்வளவு ஆய்ந்து காரணங்கள் / தகுதிகள் சொல்கிறான்!

இதனை இதனால் இவன் முடிப்பான்

இது நடப்பது யுத்த காண்டத்தில்.

முன்பு பார்த்த நிகழ்வுதான். போர் தொடங்கும் முன் மீண்டும் ஒரு தூது அனுப்பி, சீதையை விட்டுவிட்டு, போரைத் தவிர்த்து விடு என்று ராவணனிடம் ராமன் சொல்ல விழைகிறான். அந்த இடம்.

ராமனே இரண்டாம் முறையாகத் தூதுக்கு அனுமனை அனுப்ப வேண்டாம். அங்கதனை அனுப்பலாம் என்று சொல்கிறான். தான் அவ்வாறு நினைப்பதற்கான காரணத்தையும் ராமன் விளக்குகிறான்.

'மாருதி இன்னம் செல்லின், மற்று இவன் அன்றி வந்து
சாருநர் வலியோர் இல்லை என்பது சாரும் அன்றே;

ஆர் இனி ஏகத்தக்கார்? அங்கதன் அமையும்; ஒன்னார்
வீரமே விளைப்பரேனும், தீதின்றி மீள வல்லான்.'

யுத்த காண்டம் - அங்கதன் தூதுப் படலம் - 6982

போகிறவர் வலிமையானவராக இருக்கவேண்டும். விவரமான வராகவும் இருக்கவேண்டும். அனுமன் இந்தப் பணியைச் சிறப்பாகச் செய்வான். ஆனால் அவனை ஏற்கெனவே ஒருமுறை அனுப்பியாயிற்று. மீண்டும் அவனையே அனுப்பினால், நம்மிடம் வேறு தகுதியான ஆள் இல்லை என்று ராவணன் நினைத்துவிடுவான். அதனால் அதேபோன்ற தகுதி உடைய அங்கதனை அனுப்பலாம். ஏனென்றால் அங்கதன் பகைவர்கள் ஏதும் தீங்கு செய்தாலும் அதை முறியடிக்கும் ஆற்றல் உள்ளவன் என்கிறான்.

யதார்த்தமான சுயமதிப்பீடு
Realistic self-appraisal

நிறுவனங்களில் ஆண்டு இறுதியில், மேலதிகாரிகள் தனக்குக் கீழ் பணியாற்றுபவர்கள் நடந்து முடிந்த ஆண்டில் எப்படி வேலை செய்தார்கள் என்று எடைபோடவேண்டும். இப்படி நடப்பதன் பெயர் அப்ரைசல் (Appraisal). ஊழியரின் செயல்பாட்டிற்கும் முயற்சிக்கும் ஏற்ப அவருக்கு ஊதிய உயர்வு அல்லது பதவி உயர்வு போன்றவற்றுக்கு பரிந்துரை செய்யவேண்டும்.

சில நிறுவனங்களில் மேலதிகாரி தன் கருத்தைச் சொல்வதற்கு / பதிவு செய்வதற்கு முன்பாக, 'கடந்த ஆண்டு உங்கள் செயல்பாடு எப்படி இருந்தது என்று நீங்கள் நினைக்கிறீர்கள்?' என்று ஊழியர்களிடமே கேட்பதுண்டு. அதன் பெயர் செல்ப் அப்பரைசல் (Self-Appraisal), சுய மதிப்பீடு.

அப்படிக் கேட்கும்போது, சில ஊழியர்கள் தாங்கள் செய்ததை பிரமாதப்படுத்திப் பேசுவார்கள், எழுதுவார்கள். வேறு சிலர் குறைத்து மதிப்பிட்டுக் கொள்வார்கள்.

அனுமனே தன்னை எடைபோட்டுக்கொள்வது (செல்ப் அப்ரைசல்) போன்ற ஓர் இடம் சுந்தர காண்டத்தில் வருகிறது.

சீதையைக் கண்டு பேசியாயிற்று. அடுத்து ராவணனைக் கண்டு அவனுக்கு எச்சரிக்கைவிடவேண்டும். அதற்காக அசோகவனத்தைச் சின்னாபின்னமாக்குகிறான் அனுமன். அவன் திட்டமிட்டபடியே அரக்கர்கள் வருகிறார்கள். கடுமையான போர். சம்புமாலி,

ஐம்பெரும் தலைவர்கள், அக்க குமாரன் என்று பெரும் படைகளுடன் வந்த அனைவரையும் அனுமன் துவம்சம் செய்கிறான். அக்க குமாரனை தரையில் தேய்த்தே கொல்கிறான்.

அதன்பிறகு அனுமனைப் பிடிக்க இந்திரஜித் வருகிறான். இந்திரஜித்தைப் பார்த்தவுடன் அவன் இந்திரனை வென்ற இந்திரஜித்தான் என்பதை அனுமன் புரிந்துகொள்கிறான் என்பதைத்தான் கம்பன் சொல்லவேண்டும். அப்படிச் சொல்லும் அதேசமயம், அனுமன் மனதில் என்ன மாதிரி எண்ணம் ஓடியது என்பதையும் கம்பன் விவரிக்கிறான்.

> வென்றேன் இதன்முன் சிலவீரரை எனும் மெய்ம்மை,
> இன்றே முடிகிக் கடிது எய்த அழைத்தது அம்மா!
> ஒன்றே! இனி வெல்லுதல், தோற்றல்; அடுப்பது உள்ளது
> இன்றே சமையும், இவன் இந்திரசித்து' என்பான்.

சுந்தர காண்டம் - பாசப் படலம் - 5766

'அசோகவன யுத்தத்தில் சில வீரர்களை நான் கொன்றேன் என்பது உண்மைதான். ஆனால் இவனை வெல்வதுதான் முக்கியம்' என்பதுபோல அனுமன் எண்ணம் போகிறது என்று சொல்கிறான் கம்பன்.

அத்தனை அரக்கர்களை, வீரர்களைக் கொன்ற அனுமன், இந்திரஜித்தைப் பார்த்ததும், தான் கொன்றது சிலரைத்தான் என்று எண்ணுகிறான் என்றால் என்ன பொருள்? அவன் அவனுடைய செயலை, வெற்றியைப் பெரிதாகக் கருதவில்லை என்பதுதானே அதன் பொருள்.

'வென்றேன் இதன்முன் சிலவீரரை எனும் மெய்மை' என்பது அற்புதமான சுய மதிப்பீடு. யதார்த்தமானதும் கூட.... Realistic self-appraisal. அனுமனின் பலத்துடன் ஒப்பிட்டாலும், மேலும் செய்ய வேண்டியவற்றுடன் ஒப்பிட்டாலும் அனுமன் சொல்வதுதான் சரி என்பது தெரியவரும்.

——— பெர்செப்ஷன் ———

Perception

பெர்செப்ஷன் என்பது ஒரு கருத்துருவாக்கம் – Concept. மனிதர்களை சரியாகப் புரிந்துகொள்ள, மேலாண்மை அதிலும் குறிப்பாக மனிதவளம் பற்றிப் படிக்கும் மாணவர்களுக்கு சொல்லித் தரப்படும் கான்செப்ட் அது. ஒருவர் பார்ப்பதை,

கேட்பதை எப்படிப் புரிந்துகொள்கிறார், எடுத்துக்கொள்கிறார் என்பதெல்லாம் எதைப் பொறுத்தது என்பதை விளக்கும் ஒரு 'கருத்துருவாக்கம்' பெர்செப்ஷன்.

இவ்வளவு நுட்பமான ஒரு விஷயத்தைக் கம்பராமாயணத்தில் பார்க்க முடியும். கம்பன் காட்டுகிறான்.

கீழே உள்ள படத்தைப் பாருங்கள். என்ன தெரிகிறது?

உடற்பயிற்சி செய்பவர்கள் பயன்படுத்தும் கரலாக் கட்டை, தலைகீழாக இருக்கும் அரிவாள், கிரிக்கெட் மட்டை, வெட்டப்பட்ட மரப்பலகைகள் போன்றெல்லாம் தெரிகிறதா? அப்படித் தெரிந்தால் அது உங்கள் 'பெர்செப்ஷன்'. சிலருக்கு எப்படித் தெரியுமா இவை புலப்படும்? ராமா என்று. ஆமாம் இன்னும் சற்றுக் கூடுதலாக உற்றுப் பாருங்கள், கருப்பு நிறத்தை விட்டுவிட்டு வெண்மை நிறத்தை மட்டும் பாருங்கள். ராமா என்று எழுதப்பட்டிருப்பது தெரியவரும்.

பார்ப்பவர் மனதில்தான் எல்லாம் இருக்கிறது. In the eye of the beholder என்பார்கள். இவ்வளவு நுட்பமான ஒரு விஷயத்தை கம்பன் காட்டுகிறான்.

சீதையைத் தேடி அனுமன் படுவேகமாகப் போகிறான். அப்போது கடலில் வாழும் நாகர் குலத்தவர்களுக்கு என்ன தோன்றுகிறது என்பதைக் கம்பன் இப்படிப் பாடுகிறான்.

> வெய்தின் வான் சிறையினால் நீர் வேலையைக் கிழிய வீசி
> நொய்தின் ஆர் அமுதம் கொண்ட நோன்மையே நுவலும் நாகர்,
> 'உய்தும் நாம் என்பது என்னே? உறு வலிக் கலுழன், ஊழின்
> எய்தினான் ஆம்' என்று அஞ்சி, அலக்கண் உற்று,
> இரியல்போனார்.

சுந்தரகாண்டம் - கடல்தாவு படலம் - 4761

கடல்நீரைக் கிழித்துக்கொண்டு அனுமன் செல்வதைப் பார்த்த நாகர் குலத்தில் உள்ளவர்கள், முன்பு வந்ததுபோல கருடன்தான் வந்துவிட்டானோ எனப் பயந்தனராம்.

போவது அனுமன். அவன் போகும் வேலை சீதை இருக்கும் இடத்தைக் கண்டுபிடிக்க. போகுமிடம் இலங்கை. ஆனால் அதைப் பார்த்த நாகர் குலத்தவர்க்கு தோன்றுவது முற்றிலும் வேறானது. கருடன் வந்துவிட்டான் என்று எண்ணி பயப்படுகின்றனர்.

இதுதான் அவர்கள் பெர்செப்ஷன். நடக்கும் ஒன்றை நடக்காத ஒன்றாகப் பார்ப்பது. இதற்குக் காரணம், முன்பு இதேபோல - கவனிக்க... இதே அல்ல... இதேபோல நடந்த ஒன்று. முன்பு கருடன் இப்படி வேகமாக வந்து அழித்திருக்கிறான். அதனால் வேகமாகப் பறந்து வரும் ஒருவரைப் பார்த்ததும் முன்பு நிகழ்ந்த சம்பவம் மீண்டும் நடக்கப் போவதாக அவர்களது மனது சொல்லிக் கொடுக்கிறது. Interpret செய்கிறது.

தேவர்களும் விதிவிலக்கல்ல

வேகமாகப் பறந்து சென்ற அனுமனைப் பார்த்தத் தேவர்கள் அவன் போகும் வேகத்தில் இலங்கையையும் தாண்டி நம் தேவலோகத்தையும் அழிக்க வந்துவிடுவானோ என்று பயந்தார்கள் என்கிறான் கம்பன்.

> வலங் கையின் வயிர ஏதி வைத்தவன் வைகும் நாடும்
> கலங்கியது; 'ஏகுவாந்தன் கருத்து என்கொல்?' என்னும் கற்பால்;
> 'விலங்கு அயில் எயிற்று வீரன் முடுகிய வேகம், வெய்யோர்
> இலங்கையின் அளவு அன்று' என்னா, இடும்பர் நாடு இரிந்தது
> அன்றே.

சுந்தரகாண்டம் - கடல்தாவு படலம் 4776

அனுமன் செல்லும் வேகத்தைப் பார்த்தால் அவன் இலங்கையையும் தாண்டி நாம் வாழும் தேவலோகத்துக்கும் வந்துவிடுவானோ என்று தேவர்கள் அஞ்சினார்கள் என்கிறான் கம்பன். அவரவர் பயம் அவரவர்களுக்கு என்பதுதான் இங்கே புரிந்துகொள்ளப்பட வேண்டியது. அனுமனுக்குத் தெரியாதா? அப்படியா செய்வான்?

ஆனாலும் தேவர்கள் அப்படி நினைத்தார்கள். அது அவர்கள் கவலை.

ஆக, ஒரே நிகழ்வு. ஆளுக்கு ஆள் அவரவர் அனுபவங்கள், விருப்பங்கள், பயம், அடிப்படை நோக்கம், இலக்கு, முடிவு ஆகியவற்றின் அடிப்படையில் கற்பனை செய்துகொள்கிறார்கள், அவர்கள் செய்வது கற்பனை என்று தெரியாமலேயே! அதுதான் பெர்செப்ஷன்.

ஆழ்ந்த ஆலோசனை

Deep discussion

அசோகவனத்தை அழித்த அனுமனைக் கட்டி இழுத்து வந்து அரண்மனையில் விசாரித்து அவன் வாலில் நெருப்பு வைத்து அனுப்பியபின் அனுமன் இலங்கைக்கே நெருப்பு வைத்து விட்டான். பின் தெய்வ தச்சன் மயன் வந்து அதைச் சீர் செய்யும்படி ஆகிவிட்டது.

ராவணனுக்குக் கோபம். மந்திரி சபையைக் கூட்டுகிறான். அடுத்து என்ன செய்யலாம் என்று ஆலோசிக்க விழைகிறான். அப்படி ஆலோசிக்கத் தொடங்கும் முன் ராவணன் என்ன செய்தான் என்பதைக் கம்பன் சொல்கிறான்.

> 'முனைவரும், தேவரும், மற்றும் உற்றுளோர்
> எனைவரும் தவிர்க!' என, ஏய ஆணியான்
> புனைகுழல் மகளிரோடு, இளைங்கர்ப் போக்கினான்;
> நினைவுறு காரியம் நிகழ்த்தும் நெஞ்சினான்.

யுத்த காண்டம் - மந்திரப் படலம் - 6077

முனிவர்கள், தேவர்கள், மற்றுமுள்ளோர், பெண்டிர் மற்றும் சிறுவர்களை அங்கிருந்து போகச் சொல்கிறான். இதைக் கம்பன் குறிப்பிட வேண்டியதன் அவசியம் என்ன?

செய்யவிருப்பது முக்கிய ஆலோசனை. அது சமயம் வீணாக ஏன் அதற்கு எதிரானவர்கள் மற்றும் தொடர்பில்லாதவர்கள் அங்கே இருக்கவேண்டும் என்று எண்ணியே ராவணன் அப்படிச் செய்திருக்கிறான்.

முனிவர்களும், தேவர்களும் அரக்கர் குலத்திற்கு எதிரானவர்கள். பெண்களும் சிறுவர்களும் போருக்குத் தொடர்பில்லாதவர்கள். அதனால் அவர்களை எல்லாம் சபையில் இருந்து போகச் சொல்கிறான்.

அவனுடைய நோக்கம் ஒத்த நோக்கம் உடையவர்கள் மற்றும் தொடர்புடையவர்கள் மட்டுமாக இருந்து பேசினால்தான் அங்கே எதையும் வெளிப்படையாக ஆழமாக விவாதிக்க முடியும். Having only aligned small group for effective discussion என்பதுதான்.

அதற்காகத்தான் அப்படிச் செய்கிறான்.

குழுவின் வெற்றி மமதை

Group-think

வெற்றிமட்டுமே பெற்றுக்கொண்டிருக்கும் குழுக்களுக்குள் ஏற்படக்கூடிய மனபான்மைகளுள் ஒன்று 'குரூப் திங்க்' (Group-think) எனப்படும் ஒருவித 'குழுவின் கண்மண் தெரியாமை' அல்லது 'குழுவின் மமதை' எனலாம்.

இது தொடர்ந்து வெற்றி பெறும் ஒரு குழுவினிடம் ஏதாவது ஒரு சமயத்தில் ஏற்பட்டுவிடும் ஆபத்து இருக்கிறது. 'குரூப் திங்க்' நிலையில் இருக்கும் ஒரு குழுவால் அவர்களைப்பற்றிய விமரிசனங்களையோ, யதார்த்தமான பேச்சுகளையோ பொறுத்துக் கொள்ள முடியாது. தங்களைப்பற்றி தாங்களே மிக உயர்வாக மதிப்பிட்டுக்கொண்டு அந்தக் கருத்துக்கு எதிரான எதையும் மூர்க்கமாக எதிர்த்து, இறுதியில் அதனாலேயே அழிந்து விடுவார்கள்.

இப்படிப்பட்ட மனப்பான்மையை ராவணனைச் சுற்றி இருப்பவர் களில் சிலர் கொண்டிருந்ததை கம்பன் யுத்த காண்டத்தில் மந்திரப் படலத்தில் - பாடல்கள் 6168 முதல் 6188 வரையிலான 21 பாடல்களில் காட்டுகிறான்.

சேனைத் தலைவர், பிரகஸ்த்தன், மகோதரன் போன்ற பலரும் ஆளாளுக்குச் சபையில் ராவணனையும் அரக்கர்களையும் உயர்த்தி, தேவைக்கும் கூடுதலாக overstate செய்து பேசிக் கொள்கிறார்கள். இப்படிப்பட்ட அவர்களுடைய தவறான நினைப்பால் ராவணனுக்கும் அவனைச் சேர்ந்தவர்களுக்கும் நேர்ந்த அழிவு எல்லோர்க்கும் தெரிந்ததுதான்.

ஊக்குவித்தல்

Motivation

ஊக்கம் இல்லாமல் சாதனைகள் மட்டுமல்ல செயல்பாடுகளே கூட சாத்தியமாகாது. இயல்பிலேயே ஊக்கம் உடையவர்கள்கூட, தோல்வி, சரிவு, வீழ்ச்சிகளின்போது தடுமாறிப் போய்விடுவார்கள். அப்போது அவர்களுக்கு அருகில் இருப்பவர் எவரேனும் சாதகமாகப் பேசினால் அவர்கள் வலிமையை எடுத்துக்கூறினால், மனம் மாறும், தெம்பு கிடைக்கும்.

அப்படிப்பட்ட நேரங்களில் சிலர் உலக உண்மைகள், யதார்த்தங்கள், தத்துவங்கள் சொல்லுவதுண்டு. அப்படிக் கம்பன்

சொல்லும் அற்புதமான ஓர் உலக உண்மை யுத்த காண்டத்தில் இருக்கிறது.

ராமனுடனான முதல் நாள் போரில் ராவணன் தோற்றுப் போய் விடுகிறான். 'இன்றுபோய் நாளை இயன்றால் வா' என்கிறான் ராமன். மிகுந்த வருத்தத்துடன் ராவணன் அரண்மனை திரும்பிக் கட்டிலில் படுத்துக் கிடக்கிறான். தான் தோல்வியடைந்ததற்குக் காரணமான ராமன் மற்றும் லக்குவனின் வீரத்தை வியந்துப் போற்றிப் பேசுகிறான்.

அப்போது அங்கு வந்த அவன் பாட்டன் மகோதரன் என்ன என்று விசாரிக்கிறான். மாலியவான் விவரங்கள் சொல்கிறான். அந்த சமயம் மகோதரன் ராவணனிடம் சொல்கிறான்,

> 'வென்றவர் தோற்பர்; தோற்றோர் வெல்குவர்; எவர்க்கும் மேலாய்
> நின்றவர் தாழ்வர்; தாழ்ந்தோர் உயர்குவர். நெறியும் அஃதே'
> என்றனர் அறிங்கர் அன்றே! ஆற்றலுக்கு எல்லை உண்டோ?
> புன் தவர் இருவர் போரைப் புகதியோ? புகழ்க்கு மேலோய்!'

யுத்த காண்டம் - கும்பகருணன் வதைப் படலம் - 7308

'(இன்று) வென்றவர் பிறகு தோற்பர். அதேபோல ஒரு நேரம் தோற்றவர் பின்னால் வெல்வார். மிக உயர்ந்த இடங்களை அடைந்தவர்கள் நிலை தாழலாம். தாழ்ந்து இருந்தவர் மேலே வரலாம். அதுதான் உலக நெறி, இதுவே இயல்பானது என்று விவரம் அறிந்தவர்கள் எப்போதோ சொல்லி இருக்கின்றனர். ஒருவருடைய ஆற்றலுக்கு அளவு உண்டா? இல்லையே. அப்படி இருக்க நீ தவக் கோலத்தில் இருக்கும் இரண்டு மானிடர்களைப்பற்றி இவ்வளவு புகழ்கிறாயே!' என்கிறான் மகோதரன்.

ராமனிடம் ஒருமுறை தோற்றால் என்ன? முயன்றால் மீண்டும் நீ ஜெயிக்கலாம் என்பதுதான் அவன் சொல்லும் செய்தியும் ஊக்கமும்.

அதிகாரம் கொடுப்பது

Empowerment

எம்பவர்மெண்ட் என்பது மேலாண்மையிலேயே சமீபத்திய சொல் மற்றும் சித்தாந்தம் என்றும் சொல்லலாம். 1980களுக்குப் பிறகு அதிகப் புழக்கத்தில் இருக்கும் சொல் இது.

உயர் பதவிகளில் இருப்பவர்களிடம் அதிகாரம் இருக்கும். அதனால் முடிவுகள் எடுப்பதில் தாமதம் ஏற்படும். தவிர முடிவுகளின் தரமும் மேல் இருப்பவர்களின் தரத்தைப் பொறுத்தே அமையும். அவர்களைக் காட்டிலும் விவரம் தெரிந்தவர்கள் வேறு சிலர் இருந்தாலும் அவர்கள் அறிவு நிறுவனத்திற்குப் பயன்படாது. தவிர அவர்கள் முடிவு எடுக்க முடியாததாலும், மேலிருப்பவர்கள் எடுக்கும் சுமாரான முடிவுகளை, அவை சரியில்லை என்று தெரிந்தாலுமேகூட இவர்கள் நடைமுறைப்படுத்த வேண்டிய கட்டாயம் இருப்பதாலும், அவர்களின் ஊக்கம் குறைந்து போகும்.

இதனால் உருவாக்கப்பட்டதுதான் எம்பவர்மெண்ட் திட்டம். அதிகார அடுக்குகளில் கீழ் நிலையில் இருப்பவர்களுக்கும் முடிவுகள் எடுக்கும் அதிகாரம் கொடுக்கும் ஏற்பாடு. ஊழியர்களுக்கும் சில அதிகாரங்கள் அளித்து, அவர்கள் சில முடிவுகள் எடுக்கலாம் என்று அனுமதிப்பது. சிலவற்றை ஏன் இப்படி என்று அவர்கள் கேள்விகள் கேட்கலாம்.

அப்படிப்பட்ட, கேள்வி கேட்கும் அதிகாரம் உள்ளவர்கள்போல, சர்வ அதிகாரம் படைத்த மன்னர்களுக்கே அறிவுரை சொல்லும் பல காட்சிகளை ராமாயணத்தில் கம்பன் காட்டுகிறான்.

சூர்ப்பனகை விவரித்த சீதையின் அழகில் மயங்கி எப்படியாவது சீதையை அடைய எண்ணி, அதற்கான உதவி பெற மாமன் மாரீசனிடம் வருகிறான் ராவணன். வந்து தன் ஆசையைச் சொல்லி அது நிறைவேறுவதற்கான உபாயம் சொல்லும்படிக் கேட்கிறான். ராவணன் இலங்கைக்கே அரசன். கோபக்காரன். அவன் அப்படிக் கேட்டபோது மாரீசனுக்கு எப்படி இருந்தது என்றும், அதற்கு உடனடியாக மாரீசன் என்ன பதில் சொன்னான் என்பதும் கவனிக்கத்தக்கது.

> இச்சொல் அனைத்தும் சொல்லி, அரக்கன், எரிகின்ற
> கிச்சின் உருக்கு இட்டு உய்த்தனன் என்னக் கிளரா முன்,
> 'சிச்சி' என, தன்மெய்ச் செவி பொத்தி, தெருமந்தான்;
> அச்சம் அகற்றி, செற்ற மனத்தோடு அறைகின்றான்.

ஆரணிய காண்டம் - மாரீசன் வதைப் படலம் - 3243

நெருப்பில் காய்ச்சிய கம்பியைப்போல், ராவணன் சொல்லிய வார்த்தைகள் மாரீசனின் காதில் விழுந்தனவாம். அதனால் மாரீசன், சீச்சீ என்று அருவருப்புடன் அவன் காதுகளைப் பொத்திக்கொண்டான் என்கிறான் கம்பன்.

அதன்பின் மாரீசன் இது வேண்டாம் என்று அறிவுரை சொல்லிப் பார்க்கிறான்.

இந்தப் பாடல் தருகிற தகவல், ராவணனிடமே இப்படிப் பேசவும், அதன் பின் அவன் விருப்பத்திற்கு மாறாக அறிவுரை சொல்லவும் மாரீசன் அனுமதிக்கப்பட்டிருக்கிறான் என்பது தான்... அனுமதித்தவன் ராவணன். அவன் கொடுத்திருந்தது எம்பவர்மெண்ட்.

வாயை மூடிக்கொண்டு, 'நீங்கள் சொன்னால் சரிதான்' என்று மாரீசன் தலையாட்டவில்லை. அங்கே ஓர் பெரிய சொற் பொழிவையே நிகழ்த்துகிறான்.

'அற்ற கரத்தோடு, உந்தலை நீயே அனல் முன்னில்
பற்றினை உய்த்தாய்; பற்பல காலம் பசிகூர
உற்று, உயிர் உள்ளே தேய, உலந்தாய்; பினை அன்றோ
பெற்றனை செல்வம்? பின் அது இழந்தால்பெறல் ஆகுமோ?

ஆரணிய காண்டம் - மாரீசன் வதைப் படலம் - 3245

'எவ்வளவு கடுமையான தவங்கள் செய்து மூவுலகையும் ஆளும் செல்வம் கிடைக்கப்பெற்றாய்! பெண்மை நோக்கி இவற்றை எல்லாம் இழந்துவிட்டால் திரும்பப் பெற இயலுமோ?' என்று கேட்டு தொடர்ந்து பல அறிவுரைகள் சொல்கிறான். அவை மட்டுமே பதினொரு பாடல்கள். 3245 முதல் 3255 வரை.

ராவணன் இடம் கொடுக்காமல் மாரீசனால் இப்படிப் பேச முடியுமா? அதுவும் மன்னர் முன்பாக இவ்வளவு வெளிப்படையாகப் பேச முடியுமா? அது மாமனாகவே இருந்தாலும்!

இந்திரஜித்தன் தந்தையைக் குற்றம் சொல்வது

அசோகவனத்தை அழித்த குரங்கைப் பிடித்து வாருங்கள் என்று ரானணன் அனுப்பிய ஜம்புமாலி, ஐம்பெரும் படைத் தலைவர்கள், மகன் அக்க குமாரன் மேலும் பெரும் எண்ணிகையிலான அரக்கர்கள் என அனைவரும் இறந்துவிட்ட நிலையில், இந்திரஜித்து அங்கே வருகிறான். தந்தை ராவணைப் பார்த்து,

'ஒன்று நீ உறுதிஓராய்; உற்றிருந்து உளையகிற்றி;
வன்திறல் குரங்கின் ஆற்றல் மரபுளி உணர்ந்தும், அன்னோ!

'சென்று நீர்பொருதிர்' என்று, திறம்திறம் செலுத்தி, தேயக்
கொன்றனை நீயே அன்றோ, அரக்கர் தம் குழுவை எல்லாம்?'

சுந்தர காண்டம்- பாசப் படலம் - 5725

'நீ அனுமன் யார் என்று புரிந்துகொள்ளாமல் ஜம்புமாலி, ஐம்பெரும் படைத்தலைவர்கள், அக்க குமாரன், மற்றும் நம் படை வீரர்கள் ஆகியோரை அழித்துவிட்டாய்' என்று இடித்துரைக்கிறான்.

இதை, இந்திரஜித் இப்படிப் பேச ராவணன் இடம் கொடுத்தான் - Space given என்று சொல்லலாம். அல்லது இந்திரஜித்தே இடம் எடுத்துக்கொண்டான் என்றும் சொல்லலாம். மொத்தத்தில் அங்கே மகன் எனும் நிலையில் இருந்தும் உயர்ந்த நிலையில் தந்தையாகவும் அரசனாகவும் இருக்கிற ராவணனைப் பார்த்து இவ்வளவு வெளிப்படையாக, நேராக கேட்க முடிகிறது.

அங்கதன் சுக்கிரீவனை கேள்வி கேட்பது

அதேபோல அங்கதனும் தைரியமாக, அவனது சிறிய தந்தையான சுக்கிரீவனிடம், நீ மது மயக்கத்தில் மங்கைகளுடன் இருந்தாய். நான் முன்பு சொன்னவற்றை நீ கேட்கவில்லை என்கிறான்.

உணர்தினென் முன்னர்; நீ அஃது
உணர்ந்திலை; உணர்வின் தீர்ந்தாய்;
புணர்ப்பது ஒன்று இன்மை நோக்கி
மாருதிக்கு உரைக்கப் போனேன்;
இணர்த்த தொகை ஈன்ற பொன் தார்
கணத்திடை அவனை நீயும்
காணுதல் கருமம் என்றான்

கிட்கிந்தா காண்டம் - கிட்கிந்தைப் படலம் - 4356

லக்குவன் நமது நகருக்குள் வருகிறான் என்பதை நான் முன்னமே வந்து உனக்கு ஒருமுறை தெரிவித்தேன். ஆனால் நீ அதை உணர்ந்துகொள்ளும் நிலையில் இருக்கவில்லை. மதுமயக்கத்தாலும், மங்கையர் போகத்தாலும் அறிவு திரிந்து மயங்கிய நிலையில் இருந்தாய். எனவே எனக்கு என்ன செய்யவேண்டும் என்று தெரியாததால் அனுமனிடம் இந்தச் செய்தியை சொல்லிவிட்டேன். லக்குவனை நாங்கள் இருவரும் மட்டும் பார்த்தால் போதாது. எங்கள் தலைவனாகிய நீயும் விரைந்து போய் பார்ப்பதே நல்லது என்கிறான்.

அங்கதன் எவ்வளவு விஷயங்களைச் சொல்கிறான். அந்த அளவுக்கு சிறிய தந்தை சுக்கிரீவன் அவனுக்கு அவ்வளவு இடம் கொடுத்திருக்கிறான். அதனால்தான் வயதில் சிறியவனான அங்கதனால் தயக்கமில்லாமல் சொல்ல முடிகிறது.

——— அங்கீகரிப்பும் வெகுமதிகளும் ———

Rewards & Recognition – HR

எந்தவொரு வேலையிலும் அது முடிந்தவுடனேயே அதற்குப் பங்களிப்புச் செய்தவர்களை அவர்களுக்கான அங்கீகாரம் அளித்து கௌரவிக்கவேண்டும்; பாராட்டவேண்டும். அவர்களுக்கு வெகுமதிகள் கொடுக்கவேண்டும். இப்படிச் செய்வதுதான் அவர்களுடைய செயலை, பங்களிப்பை மரியாதை செய்வதாக அமைகிறது. இது ஒரு பண்பாடு, நாகரிகம். இப்படிச் செய்வதன் மூலம் பாராட்டப்படுபவர்கள் மேலும் ஊக்கம் பெறுகிறார்கள். இதைக்கண்டு மற்றவர்கள் தாங்களும் செய்யவேண்டும் எனும் எண்ணம் வரப்பெறுகிறார்கள்.

விபீடணனுக்குப் பாராட்டு

லக்குவன்தான் இந்திரஜித்தின் தலையை வெட்டிக்கொண்டு வந்திருக்கிறான். வெல்ல அரிதானவனை வென்றிருக்கிறான். அவனைப் பாராட்டியதுடன் ராமன் நின்றுவிடவில்லை.

லக்குவனை அப்போது பாராட்டியது அந்த ஒரு செயலுக்காக மட்டும்தான். ராமன் இவையெல்லாம் சாத்தியம் ஆவது குறித்து மகிழ்ச்சியடைந்து, இப்படி சாத்தியமாவதற்கு எவரெல்லாம் காரணமோ அவர்களையும் பாராட்டுகிறான். முக்கியமாக விபீடணனை. அதனால் லக்குவனிடம்,

> 'ஆடவர் திலக! நின்னால் அன்று; இகல் அனுமன் என்னும்
> சேடனால் அன்று; வேறு ஓர் தெய்வத்தின் சிறப்பும் அன்று;
> வீடணன் தந்த வென்றி ஈது' என விளம்பி, மெய்ம்மை
> ஏடவிழ் அலங்கல் மார்பன், இருந்தனன் இனிதின்; இப்பால்.

- யுத்த காண்டம் - இந்திரஜித்து வதைப் படலம் - 9185

லக்குவனா, இப்போது பெற்றிருக்கும் வெற்றி உன்னால் உண்டானது அல்ல. வல்லமை பொருந்திய அனுமனாலும் அல்ல. வேறு ஒரு தெய்வத்தின் சிறப்பாலும் அல்ல. உண்மையான

காரணம் விபீடணன்தான் என்கிறான் ராமன். இது விபீடணன் தந்த வெற்றி என்று விபீடணனுக்குப் பெருமையை (Credit) கொடுக்கிறான்.

அங்கதன் அனுமனுக்குக் கொடுக்கும் பாராட்டு

அதுபோலவே சுக்கிரீவன் சொன்ன சொல்லைக் காப்பாற்றாததால், லக்குவன் கிட்கிந்தைக்கு கோபத்துடன் வந்தபோது நடந்த நிகழ்வைப்பற்றி அங்கதன், சுக்கிரீவனிடம் சொல்லும்போது 'லக்குவன் கோபமாக இருந்தான். அனுமன் பேசியவிதத்தால் நாம் தப்பித்தோம்' என்று அதற்கான பெருமையை அனுமனுக்குக் கொடுக்கிறான்.

> 'இயைந்த நாள் எந்தை நீ சென்று எய்தலி; செல்வம் எய்தி
> வியந்தனை; உதவி கொன்றாய்; மெய்இலை' என்ன வீங்கி
> உயர்ந்தது சீற்றம்; மற்று ஈது உற்றது செய்கை; முற்றும்
> நயம் தெரி அனுமன் வேண்ட, நல்கினன், நம்மை இன்னும்.
>
> *கிட்கிந்தா காண்டம் - கிட்கிந்தைப் படலம் - 4349*

'எந்தையே நீ முன்பு ஒப்புக்கொண்டபடி கார்காலம் முடிந்தும் படைகளுடன் சென்று ராமபிரானைப் பார்க்கவில்லை. அவர்கள் செய்நன்றியை மறந்தாய். லக்குவன் கோபம் கொண்டு இங்கு வந்தான். இதுதான் நடந்தது என்றாலும் முற்றும் கற்றறிந்த, பக்குவமும் சொல்வன்மையும் கொண்ட நம் அனுமன் லக்குவனிடம் வேண்டிக்கொண்டதால் சீற்றம் தணிந்து நம்மை உயிருடன் விட்டிருக்கிறான்' என்கிறான்.

குழுவினரின் சாதனைகளை அங்கீகரித்தல்

Acknowledging team members' achievements

நல்ல தலைவன் என்பவன் தான் மட்டுமே பெரியவன் என்று நினைப்பவன் அல்லன். குழுவில் உள்ள ஒவ்வொருவரையும் மதிப்பவன்தான் நல்ல தலைவன். குழுவில் உள்ளவர்களுக்குப் பெருமை வரும்போது அதைக் கண்டு பொறாமைப்படுவன் அல்லன். அதைப் பாராட்டுபவன்தான் சிறந்த தலைவன்.

ராமன், விபீடணனுக்கு அடைக்கலம் கொடுத்த பிறகு, இலங்கை பற்றியும் அதன் பாதுகாப்பு பற்றியும் சொல்லுக என்று விபீடணனைக் கேட்கிறான். விபீடணன் அங்கிருக்கும் பாதுகாப்பு

அமைப்புகள், படைகளின் அளவு போன்றவற்றையெல்லாம் சொல்கிறான். அகம்பன், நிகும்பன், மகோதரன் போன்ற வீரர்கள், பற்றி, ராவணனின் குமாரர்கள் பற்றி, ராவணனின் தவம், வலிமை, அவனது வெற்றிகள் போன்றவற்றை எல்லாம் விரிவாகக் கூறிவிட்டு அனுமன் இலங்கையில் என்னென்ன வீரச் செயல்கள் புரிந்தான் என்றும் விரிவாகக் கூறுகிறான்.

பின் மேலும் ராமனிடம் 'அதுமட்டுமல்ல. அதற்குப் பிறகு, நான் உன்னிடம் வந்தது, நீ கரன் முதலிய அரக்க வீரர்களையும், குரங்கினத்தின் தலைவனான வாலியை அழித்ததையும் கேள்விப்பட்டதனால் மட்டுமல்ல. தனி ஒருவனாக இலங்கையை தீயிட்டுக் கொளுத்திவிட்டு உயிருடன் மீண்டு இங்கு வந்திருக்கும் அனுமனின் செயல்திறம் கண்டதால்தான்' என்கிறான்.

எல்லோருக்கும் தெரியும் ராமனின் வீரம் எத்தகையது, அனுமனின் வீரம் எவ்வளவு, இருவரில் யார் பெரியவர் யார் தீரர் என்று. விபீடணன் அப்படிச் சொல்லியதும் ராமன் மகிழ்ந்து அனுமனைப் பார்த்துச் சொல்கிறான்,

'கூட்டினார் படை பாகத்தின் மேற்படக் கொன்றாய்;
ஊட்டினாய் எரிஊர் முற்றும்; இனி அங்கு ஒன்று உண்டோ?
கேட்ட ஆற்றினால், கிளி மொழிச் சீதையைக் கிடைத்தும்,
மீட்டிலாதது, என்வில் தொழில் காட்டவோ வீர!'

யுத்தகாண்டம் - இலங்கை வேள்விப்படலம் - 6585

'ராவணனின் சேனையில் பாதியை ஒரே நாளில் கொன்றிருக்கிறாய். இலங்கையை எரியூட்டியிருக்கிறாய். இதற்கு மேலும் நான் போய் செய்ய என்ன இருக்கிறது? சீதையைப் பார்த்த பின்பும் நீ மீட்டு வராதது, என்னுடைய வில்லாற்றலை உலகத்தார்க்கு தெரிவிக்கத்தான் போலும்' என்கிறான்.

தன்னுடன் இருப்பவனின் பெருமையை மற்றவர் தன்னுடையதை விடப் பெரியது என்று பெருமையாகச் சொல்லும்போது அதைக் கேட்டுக்கொள்ளும் பக்குவம் தலைமைப் பண்பின் முதல் படி. அதை ஆமோதிப்பது இரண்டாம் நிலை. தான் மேலும் அதேபோன்ற விஷயங்களைச் சொல்லி, அவர்கள் பெருமையை அதிகப்படுத்துவது மூன்றாவது உயரிய நிலை. ராமன் அந்த நிலையிலிருந்துதான் பேசுகிறான். இது ஒப்பற்ற தலைமைப் பண்பின் அடையாளம்.

அனுமனும் அவ்வழி

போர் முடிந்து, சீதையை மீட்டு, விபீடணனுக்குப் பட்டாபிஷேகம் செய்து முடித்த பின், ராமன் சொல்லி அனுமன் வேகமாகப் பறந்து வந்து பரதனைச் சந்திக்கிறான்.

நெருப்பில் விழவிருந்த பரதனைக் காப்பாற்றிய பிறகு அவன் கேட்டுக்கொண்டதற்கு இணங்க, அதுவரை நடந்த விவரங்களை எடுத்துக் கூறுகிறான்.

அப்போது அனுமன், தன் வீர தீரச் செயல்களைப் பற்றிக் கூறவில்லை. மாறாக, தான் செய்த பெரிய செயலுக்கு, மற்றவர் கொடுத்த ஊக்கமே காரணம் என்று தனக்கு ஊக்கம் கொடுத்தவர்கள் பெயர்களைப் பட்டியல் போடுகிறான்.

'தெற்கு திசை நோக்கிச் சென்ற ஐயிரண்டு வெள்ளம் வானரச் சேனையும், வாலியின் மகன் அங்கதனும், கரடியற்கு அரசன் ஜாம்பவானும் என்னை ஊக்குவித்ததால், நாய்போன்ற எளியோனாகிய நான் இலங்கை சென்று சீதை இருப்பதைக் கண்டு வந்து ராமனுக்குச் சொன்னேன். அதன்பின் குரங்குச் சேனை தென்திசை கடற்கரையில் வந்து தங்கிற்று' என்கிறான்.

ஜாம்பவானைச் சொன்னது சரிதான். அங்கதனைச் சொன்னதும் கூட சரிதான். குரங்குச் சேனையையும் ஊக்கம் கொடுத்தவர்கள் பட்டியலில் சேர்க்கிறான் பாருங்கள். அதுதான் உண்மையில் உரியவர்க்குப் பெருமை சேர்க்கும் - Giving credit where it is due. அதுதான் அனுமன். அல்லது அதுதான் கம்பன்.

Inclusion, giving credit & acknowledging the contribution of others என்று எத்தனையோ விஷயங்களை ஒரே பாடலில் காட்டிவிட்டான் கம்பன்.

வெகுமதிகள் கொடுப்பது

Monetary Rewards

ராமகாவியத்தின் இறுதிப் பகுதி. சீதையை மீட்டாயிற்று. ராமன் பட்டமும் சூட்டிக்கொண்டாயிற்று. எல்லாம் சுபமாக முடிந்தன. ராமன் எல்லோருக்கும் பரிசுகள் கொடுக்கிறான்.

> சம்பரன் தன்னை வென்ற தசரதன் ஈந்த காலத்து
> உம்பர்தம் பெருமான் ஈந்த ஒளிமணிக் கடகத்தோடும்,

கொம்புடை மலையும், தேரும், குரகதக் குழுவும், தூசும்,
அம்பரம் தன்னை நீத்தான், அலரி காதலனுக்கு ஈந்தான்.

யுத்த காண்டம் - விடை கொடுத்த படலம் - 10349

ரத்தினங்கள் பதிக்கப்பட்ட கடகத் தோடு, யானைகள், தேர்கள், குதிரைகள், பட்டாடைகள் போன்ற பலவற்றையும் சுக்கிரீவனுக்குப் பரிசாகக் கொடுக்கிறான்.

அங்கதம் இலாத கொற்றத்து அண்ணலும், அகிலம் எல்லாம்
அங்கதன் என்னும் நாமம் அழகுறத் திருத்துமாபோல்,
அங்கதம் கன்னல் தோளாற்கு அயன் கொடுத்தனை ஈந்தான்;
அங்கு அதன் பெருமை மண்மேல் ஆர் அறிந்து அறையகிற்பார்?

யுத்த காண்டம் - விடை கொடுத்த படலம் - 10514

அங்கதனின் பெயருக்கு ஏற்ப அங்கதம் என்ற தோள் அணியை அங்கதனுக்கு ராமன் கொடுக்கிறான். அது இட்சுவாகு மன்னனுக்கு பிரம்மதேவன் மனம் உவந்து அளித்த அணி.

பின்னரும் அவனுக்கு ஐயன் பெருவிலை ஆரத்தோடும்
மன்னும் நூண் தூசும், மாவும், மதமலைக்கு அரசும் ஈயா,
'உன்னை நீ அன்றி, இந்த உலகினில் ஒப்பிலதாய்!
மன்னுக, கதிரோன் மைந்தன் தன்னொடும் மருவி' என்றான்.

யுத்த காண்டம் - விடை கொடுத்த படலம் - 10350

அங்கதம் என்ற தோளணி தவிர, சுக்கிரீவனுக்குக் கொடுத்தது போலவே முத்து மாலைகள், பட்டாடைகள், குதிரைகள், யானைகள் ஆகியவற்றையும் தருகிறான்.

இதுவரை கொடுக்கப்பட்டவை பற்றிக் கம்பன் சொன்னது, எந்த மன்னனும் சம்பிரதாயமாகக் கூட செய்யக்கூடியதுதான். உதவிசெய்தார்க்கு பொன்னும் பொருளும் வழங்குவது.

வெகு சிலரே, கொடுப்பதிலும் தங்கள் தனி அக்கறையைக் காட்டுவார்கள். ராமன் அப்படிச் செய்கிறான். அப்படிப்பட்டவைதான் நெருக்கத்தையும் தனிப்பட்ட அக்கறையையும் காட்டும்.

அங்கதனுக்குப் பலவற்றையும் கொடுத்துவிட்டு ராமன் சொல்கிறான், 'இவ்வுலகில் உனக்கு வேறு யாரும் நிகரே கிடையாது. அங்கத, உன் சிறிய தந்தையான சூரிய புதல்வன் சுக்கிரீவனோடு மனம் பொருந்தி நீ நீண்டகாலம் வாழ்வாயாக' என்று வாழ்த்துகிறான்.

என்ன ஓர் அக்கறை. இதுவரை ராம காரியம் காரணமாக, சீதையை மீட்கும் லட்சியத்தின் பொருட்டு சுக்கிரீவனும், சுக்கிரீவன் சொல்லி ராமன் கொன்ற வாலியின் மகன் அங்கதனும் ஒன்றாக இருந்திருக்கிறார்கள். இப்போது ராவணனைக் கொன்று, சீதையை மீட்டாயிற்று. ராமன் அயோத்தி கிளம்புகிறான். இனி அங்கதன் சுக்கிரீவனுடன் கிட்கிந்தையில் இருக்கவேண்டும்.

அதனால்தான் ராமன் அங்கதனுக்கு ஒரு தந்தையைப்போலச் சொல்கிறான், ‘உன் சிறிய தந்தையுடன் மனம் பொருந்தி, அதுதான் முக்கியம் - மனம் பொருந்தி... நீண்டகாலம் வாழ் என்று.

பொருள் தவிர ஏனைய வெகுமதி

Non Monetary Rewards

வெகுமதிகளை இரு பெரும் பிரிவுகளாகப் பிரிக்கலாம். ஒன்று ராமன் கொடுத்த முத்து, பவழம், பட்டாடைகள், குதிரை, யானை போன்றவை. இவற்றை ‘பொருள் சார்ந்த’ எனும் அர்த்தத்தில், Materialistic rewards என்பார்கள். மற்றொருவகை பொருள் இல்லாத ஏனைய வெகுமதிகள் - Non materiliastic rewards. வாய் வார்த்தைகளால் பாராட்டுவது, தட்டிக்கொடுப்பது போன்றவை அதில் அடங்கும்.

அவரவர்க்கு உரியவற்றை எல்லோருக்கும் கொடுத்தாயிற்று. அனுமன்தான் நிலுவை. அனுமனும் மற்றவர்களும் ஒன்றா? ராமன் வெறுமனே யானைகளையும் குதிரைகளையும் பொன்னையும் மணியையும் கொடுத்தால் அது, அனுமன் செய்ததற்கு நன்றி பாராட்டியதாகி விடுமா? மரியாதை செய்தது ஆகிவிடுமா?

ராமன் என்ன செய்யப்போகிறான் என்கிற ஆவல் நமக்குமே வருகிறதல்லவா? கம்பனுக்கா தெரியாது? அவன் எழுதுகிறான்...

> மாருதி தன்னை ஐயன் மகிழ்ந்து, இனிது அருளின் நோக்கி,
> ‘ஆர் உதவிடுதற்கு ஒத்தார், நீ அலால்? அன்று செய்த
> பேர் உதவிக்கு யான் செய்செயல் பிறிது இல்லை; பைம்பூண்
> போர் உதவிய திண்தோளாய்! பொருந்துறப் புல்லுக!’ என்றான்.

யுத்த காண்டம் - விடை கொடுத்த படலம் - 10351

மகிழ்வுடன் மாருதியைப் பார்க்கிறான் ராமன். பார்த்து, ‘கைமாறு எதிர்பாராமல் இத்தகைய உதவிகளை உன்னைத் தவிர வேறு

யாரால் செய்யமுடியும்? அதற்குப் பிரதிபலனாக நான் செய்யக் கூடியது எதுவுமே இல்லை. அதனால் போரில் உதவிய உன்னுடைய தோளால் நீ என்னை இறுகத் தழுவிக்கொள்' என்கிறான்.

எதையும் வெறுமனே கொடுப்பதல்ல. முதலில் கனிவுடன் நன்றியுடன் பார்ப்பது. அடுத்து, நீ செய்ததைப்போல எவரால் செய்ய முடியும். உனக்கு என்ன கைமாறு செய்யமுடியும். செய்யவே முடியாது என்று சபையில் பதிவு செய்வது. மூன்றாவதாக, 'அன்று போரில் உதவிய உன்னுடைய தோள்களால் என்னை இறுகத் தழுவிக்கொள்வாயாக' என்று எவருக்கும் கிடைக்காத, ராமனையே தழுவிக்கொள்ளும் வாய்ப்பைத் தருவது.

அங்கீகரிப்பிலும் வெகுமதிகள் கொடுப்பதிலும் கவனமாக இருக்கவேண்டும். எல்லோரும் எனக்கு ஒன்றுதான் என்று சொல்வதன் மூலம் எல்லோரையும் திருப்திப்படுத்த முடியாது. அது எல்லா நேரமும் சரியானதும் அல்ல.

காரணம், எல்லோர் செய்த உதவிகளும் ஒரே மாதிரியானவை அல்லவே!

ஒரு தாய்க்கு இரண்டு பிள்ளைகள். அந்தத் தாய் இரண்டு பிள்ளைகளையும் ஒரேபோல பாவித்து ஆளுக்கு ஒரு வாழைப்பழத்தை மதிய உணவாகக் கொடுத்தார். அவர் கொடுத்தது சரிசமமாக பாரபட்சம் இல்லாமல். இதை ஆங்கிலத்தில் ஈக்வல் – Equal - என்பார்கள். இது இது சரி என்று தோன்றுகிறது தானே!

இப்போது மேலும் ஒரு தகவல். ஒரு பிள்ளையின் வயது பத்து. மற்றொரு பிள்ளையின் வயது இரண்டு. இப்போது அந்தத் தாய் செய்ததை என்ன என்று சொல்வது? இங்கே சரிசமம் என்பது சரியாக இருக்குமா?

இங்கே செய்யவேண்டியது, தேவைக்கு ஏற்றார்போல. சின்னவனுக்கு அரைப் பழமும் பெரியவனுக்கு ஒன்றரைப் பழமும் கொடுத்திருக்கலாம். இருவர் பசியும் முற்றிலும் மறைந்திருக்கும். இப்படி தகுதி மற்றும் தேவைக்கு ஏற்ப செய்வதை ஈக்விட்டபிள் - Equitable – என்பார்கள்.

கம்பன், இதைத்தான் தெரிவிக்கிறான். மேலும் மற்றவர்களுக்கு எல்லாம் பொருள் சார்ந்த வெகுமதிகளாகக் கொடுக்கிறான்.

அங்கதனுக்குக் கூடுதலாக சொன்ன அன்பான அறிவுரையும், அனுமனுக்குக் கொடுத்த வாய்ப்பும் பொருள் சாரா வெகுமதிகள். மற்றவர்களுக்குக் கொடுத்ததை விட அதிகம். காரணத்துடன் அளிக்கப்பட்டவை இவை.

யாரை வைத்துக் கொடுப்பது

ராமன்தான் அரசன். ஆகவே ராமன்தான் எல்லோருக்கும் பரிசுகள் கொடுக்கிறான். வெகுமதி பெறுகிறவர்கள் மகிழ்வதைப் போலவே கொடுப்பவர்களும் மகிழ்வார்கள். கொடுப்பவர்களுக்கு அது கௌரவமும்கூட.... காரணம், கொடுப்பவர் வாங்கிக் கொள்கிறவரைவிட பெரியவர் என்றாகிவிடுகிறது.

எல்லோருக்கும் ராமன்தான் கொடுத்தான். அனுமனுக்கும் அவன்தான் கொடுத்தான். கொடுத்துவிட்டு... அவன் என்ன செய்தான் என்று கம்பன் சொல்கிறான் தெரியுமா?

பூமலர்த் தவிசை நீத்து, பொன்மதில் மிதிலை பூத்த
தேமொழித் திருவை ஐயன் திருவருள் முகத்து நோக்க,
பாமறை கிழத்தி ஈந்த பரு முத்தமாலை கைக்கொண்டு
ஏமுறக் கொடுத்தாள், அந்நாள், இடர் அறிந்து உதவினாற்கே

யுத்த காண்டம் - விடை கொடுத்த படலம் - 10353

தான் கொடுத்து முடித்ததும் ராமன் சீதையைப் பார்க்க, சீதையும் அனுமனுக்கு தன்னிடமிருந்த முத்துக்கள் கோக்கப்பட்ட மாலையைக் கொடுக்கிறாள்.

எல்லோருக்கும் தான் மட்டுமே கொடுத்தவன், அனுமனுக்குக் கொடுக்கும்போது மட்டும் ஏன் சீதையைப் பார்க்கிறான்?

ராம லக்குவர் தவிர சுக்கிரீவன், அங்கதன் போன்றோரை சீதைக்குத் தெரியாது. ஆனால் அனுமனைத் தெரியும் என்பது மட்டுமல்ல... அனுமனால் நேரடியாகப் பல உதவிகள் பெற்றவர் சீதை. அதனால், அவள் நினைவாக, சீதையும் அவர் கையால் அனுமனுக்குக் கொடுக்க வேண்டும் என்று ராமன் நினைக்கிறான்.

கம்பன் எப்படிச் சொல்கிறான் என்றால், ராமபிரான் கருணை மிக்க முகத்துடன் பார்க்க, அதைக் குறிப்பால் உணர்ந்த சீதாதேவி, தனக்கு பிரம்மாவின் நாவில் வசிப்பவளாகிய சரஸ்வதி தேவி கொடுத்த பருத்த முத்துக்கள் கோக்கப்பட்ட மாலையை அனுமனுக்குத் தருகிறார் என்கிறான்.

ராமன் கருணையுடன் பார்த்த உடனேயே, ஏதும் கேட்காமல் என்ன என்று வினவாமல், ராமன் உள்ளக் குறிப்பறிந்து சீதை அனுமனுக்கு பரிசு கொடுக்கிறார் என்றால் என்ன பொருள்? சீதையும் அதே மனநிலையில் (Same wavelength) உணர்வில் இருந்தார் என்றுதானே அர்த்தம்.

இந்த ஒரு பாடல் மூலம் மட்டுமே கம்பன் சொல்லாமல் சொல்பவைதான் எவ்வளவு! கொடுப்பனவற்றை எல்லாம் தலைவன்தான் கொடுக்கவேண்டும் என்பதில்லை. பிறரும் கொடுக்கலாம். அரசியாரும் கொடுக்கலாம் என்று ராமன் செய்ததன் மூலம் விளக்கிக் காட்டுகிறான்.

அரசன் அரசி என்கிற பேதம் இல்லை – பன்முகத்தன்மை – Diversity; கொடுக்கும் பெருமையில் மற்றவரும் பங்கு பெறட்டும் - Inclusion, Giving Space, Giving importance போன்ற பலவற்றையும் கம்பன் தொட்டுக்காட்டியிருக்கிறான்.

6

கலந்தாலோசனை

Consultation

படிக்காதப் பிள்ளைகளை மேலும் சிறப்பாகப் படிக்க வைக்க ட்யூஷனுக்கு அனுப்பும் காலம் போய், நன்றாகப் படிக்கும் பிள்ளைகள் கூடுதல் படிப்பிற்காக கோச்சிங் சென்டர்கள் போகத் தொடங்கி ஆண்டுகள் பல ஆகிறது.

நிறைய விவரம் தெரிந்தவர்கள் மேலும் தெரிந்துகொள்ளவும், சிறப்பாகத் தொழில் / வியாபாரம் செய்பவர்கள் அதை மேலும் விரிவடையச் செய்யவும் சரியான பாதைகளில் செல்லவும், மிகுந்த பொருட் செலவில், ஆலோசனைகள் தரும் நிறுவனங்களிடம் போகும் வழக்கம் அதிகரித்துக்கொண்டே வருகிறது. மெக்கென்சி, டிலாய்ட், பிரைஸ் வாட்டர் கூப்பர் போன்றவை உலகளாவிய அளவில் அப்படிப்பட்டச் சேவைகள் வழங்கி வரும் நிறுவனங்களில் சில.

இதெல்லாம் இப்போது. இதேபோன்ற, 'தான் அதிகாரத்தில் இருந்தாலும், தானே அறிவுடையவனாக இருந்தாலும்' வெளியில் ஆலோசனை கேட்கும் பண்பைக் கம்பன் நிச்சயமாகப்

போற்றுகிறான் என்பதைக் காட்டும் பல இடங்கள் கம்ப ராமாயணத்தில் இருக்கின்றன.

தசரதன் முடிசூட்ட நினைப்பது அவரது மகன் ராமனுக்கு. ராமன்தான் மூத்தவன். தசரதன் அரசன். சக்ரவர்த்தி. ஆனாலும் அவன் சபையோரைக் கேட்கிறான்,

‘ஆதலால் ராமனுக்கு அரசைநல்கி,
இப்பேதமைத்தாய் வரும் பிறப்பை நீக்குறு
மாதவம் தொடங்குவான் வனத்தை நண்ணுவேன்.
யாதுநும் கருத்து?’ என இனைய கூறினான்.

அயோத்தியா காண்டம் - மந்திரப் படலம் - 1432

முழு உரிமையுள்ளவனுக்கு முடிசூட்ட, சூட்டும் முழு அதிகாரம் படைத்த சக்ரவர்த்தி தசரதன், ‘ராமனுக்கு முடிசூட்டலாம் என்று நான் நினைக்கிறேன். உங்கள் கருத்து என்ன?’ என்று அவையோரைக் கேட்கிறான்.

ராமன் செய்வதும் அதையே

ராமன் பெருந்தலைவன். அவன் கண் காட்டிய இடத்தில் எதைச் செய்யவும் சுக்கிரீவன், அனுமன், ஜாம்பவான், நீலன் போன்றோர் இருக்கிறார்கள். ஆனாலும் ராமன் அடுத்தவர், அதிலும் உடனிருப்பவர் கருத்தைத் தெரிந்துகொண்டே முடிவுகள் எடுக்கிறான்.

ராம லக்குவரும் மற்றவர் அனைவரும் கடல் தாண்டி வந்தாயிற்று. எதிர் முகாமில் இருந்த ராவணனின் தம்பி விபீடணன், ராமனிடம் அடைக்கலம் கேட்டு வருகிறான்.

அப்பொழுது ராமனும், அருகில் நண்பரை,

‘இப்பொருள் கேட்ட நீர் இயம்புவீர், இவன்
கைபுகற்பாலனோ? கழியற்பாலனோ?
ஒப்புற நோக்கி, நும் உணர்வினால்’ என்றான்.

யுத்த காண்டம் - விபீடணன் அடைக்கலப் படலம் - 6419

‘இவன் சேர்த்துக்கொள்ள தகுதியானவன்தானா? அல்லது நீக்குவதற்கு உரியவனா?’ என்று சுக்கிரீவன், அனுமன், ஜாம்பவான் மற்றும் நீலனைக் கேட்கிறான் ராமன்.

எவரையும் விடத் தனக்குத் கூடுதலாகத் தெரியும் என்றோ, தான் முடிவு செய்தால் போதும் என்றோ சிறிதளவும் நினைக்காமல்,

மற்றவர் கருத்துகளைக் கேட்கிறான் ராமன். அடுத்தவர்களை மதிக்கும் பண்பு, தான் சிந்திக்கத் தவறும் விஷயங்களை அவர்கள் சொல்லக்கூடும் என்கிற எண்ணம் ஆகியவை ராமன் என்ற தலைவனிடத்தில் உள்ளதை இதன் மூலம் காட்டுகிறான் கம்பன். A Leadership which respects the team, consults and giving team members space and involvement என்று ஒரே பாடலில் எவ்வளவோ விஷயங்களை இங்கே எடுத்துக் காட்டுகிறான் கம்பன்.

இந்தப் பாடல்தான் எவ்வளவு எளிமையானதாக இருக்கிறது! 'அருகில் நண்பரை' 'ஒப்புற நோக்கி, நும் உணர்வினால்' என்று சொல்கிறான். சுக்கிரீவன், ஜாம்பவான், நீலன், அனுமன் ஆகியோரைத்தான் தனது நண்பர்கள் என்று மதித்து ராமன் கேட்கிறான் என்கிறான் கம்பன்.

'எவ்வளவு படித்தவன் நீ, இருந்தும் எங்களுடன் கலந்து ஆலோசிக்கிறாயே! ஒரு முறைக்காகவா?' என்று சொல்லி விட்டுத்தான் சுக்கிரீவன் தன் கருத்தைச் சொல்கிறான். பாடல் 6421.

விபீடணனைச் சேர்ப்பது தவறு என்றான் சுக்கிரீவன் - பாடல்கள் - 6422 முதல் 6424 வரை

அடுத்து ஜாம்பவனை 'நீ சொல்' என்கிறான் ராமன் குறிப்பாக. பாடல் 6433. அவனும் சேர்த்துக்கொள்ளக்கூடாது என்கிறான்.

ஆக வரிசையாக ஒவ்வொருவருடைய அபிப்பிராயத்தையும் அக்கறையுடன் கேட்கிறான் ராமன். எல்லோர் கருத்தும் முக்கியம். அவற்றை ஒரு தலைவன் தெரிந்துகொள்ளவேண்டும் என்பதுதான் கம்பன் சொல்லும் தலைமைப் பண்பு.

நீலன் யாரையெல்லாம் சேர்த்துக்கொள்ளலாம் என்று ஒரு பட்டியல் கொடுக்கிறான். பாடல் 6433

அதன்பிறகு அங்கிருந்த மற்ற சிலரின் கருத்துகளையும் ராமன் கேட்டான் என்கிறான் கம்பன். இவர்களை எல்லாம் கேட்ட பிறகு, ராமன் முகக் குறிப்பாலேயே அனுமனின் கருத்தைக் கேட்கிறானாம்.

அனுமன் எவ்வளவு பெரியவன், தகுதியானவன் என்பதை கவிக்கூற்றாக கம்பன் நமக்குச் சொல்லிவிட்டு, அனுமனின் பேச்சைப் பதினெட்டுப் பாடல்களில் கூறிவிட்டு, பத்தொன்பதாவது பாடலில் அந்த அனுமன் இப்படிச் சொன்னான் என்று முடிக்கிறான் கம்பன்.

'ஆதலால், இவன் வரவு நல்வரவே'
என உணர்ந்தேன் அடியேன்; உந்தன்
வேதநூல் எனத்தகைய திருவுளத்தின்
குறிப்பு அறியேன்'என்று விட்டான்,

யுத்த காண்டம் - விபீடணன் அடைக்கலப் படலம் - 6466

ராவணனும் கலந்தாலோசிக்கிறான்

ராவணன் மிகப்பெரிய பலசாலி. அரிய வரங்கள் பெற்றவன். அகந்தையும் பேராசையும் அதிகமாகக் கொண்டவன். ஆனாலும் அவன் கலந்தாலோசிக்கிறான்.

அளந்து அறிவு அரியர் ஆய அமைச்சரை அடங்க நோக்கி,
'வளைந்து குரங்கின் சேனை, வாயில்கள் தோறும் வந்து,
விளைந்தது பெரும்போர் என்று விட்டது; விடாது நம்மை;
ஊளைத்தனம்; என்ன எண்ணி, என் செயற்கு உரிய?' என்றான்.

யுத்த காண்டம் - அணிவகுப்புப் படலம் - 6596

நம் நகரின் நான்கு கோட்டை வாசல்களிலும் வானரச் சேனை சூழ்ந்து நிற்கிறது. பெரிய போர் உருவாகும் நிலை வந்துவிட்டது. இந்த நிலை விடாமல் தொடரும் போலிருக்கிறதே. எனக்கு மனது வருத்தமாக இருக்கிறது. இந்த நிலையில் நாம் என்ன செய்யலாம்? என்று அளந்து அறிய இயலாத அளவுக்குப் புத்திக் கூர்மையான அமைச்சர்களைப் பார்த்துக் கேட்கிறான்.

ஆக, ராமன், ராவணன், இரண்டு பக்கத்திலுமே ஆலோசிக்கிறார்கள். ஆனால், கிடைக்கிற ஆலோசனையை யார் எப்படி ஏற்றுக் கொள்கிறார்கள், எப்படி நடைமுறைப்படுத்துகிறார்கள் என்பதில்தான் வேறுபாடு இருக்கிறது. ராவணனைப் பொருத்தவரை கேட்பதுடன் சரி.

7

குழு உருவாக்கம்

Team Building & Team work

ஒரு பெரும் செயலைச் செய்து முடிப்பதற்கு குழுவில் இருக்கும் அத்தனை நபர்களின் முழுமையான ஈடுபாடும் பங்களிப்பும் மிக மிகத் தேவையானவை. அதிலும் பெரும் செயல்கள் என்றால், அதன் முக்கியத்துவம் பலமடங்குகளாக ஆகிவிடும்.

ஒரு தலைவன், தன் குழுவினரிடம் அவற்றை எப்படி உருவாக்கலாம் என்று மேலாண் வித்தகர்கள் சொல்வார்கள். குழுவினரிடம் நம்பிக்கை காட்டுங்கள். அவர்கள் வாளாவிருக்காத வண்ணம் அவர்களுக்கு வேலை கொடுங்கள். அந்த வேலை மிக முக்கியத்தும் வாய்ந்தது என்று அவர்கள் உணரும்விதமாக இருக்க வேண்டும். அனைவரும் ஏதாவது ஒரு விதத்தில் பங்குபெறுமாறு செய்யுங்கள் என்று சொல்வார்கள்.

அங்கதனை ராமன் தூதுவனாகத் தேர்வு செய்த அந்த நிகழ்வில் இவை அனைத்துமே இருப்பதைக் காணமுடியும்.

அங்கதன் வாலியின் மகன். வாலியைக் கொன்றது ராமன். இப்போது அவனைத் தூது அனுப்புவதும் ராமன். அப்படியென்றால்,

அங்கதன்மீது ராமன் காட்டும் நம்பிக்கைதான் (Trust) எவ்வளவு! அடுத்து, அங்கதனுக்குக் கொடுக்கப்படுவது ராவணனிடமே தூது செல்லும் ஒரு முக்கியப் பங்கு (Role). அதன் மூலம் அவ்வளவு முக்கிய நிகழ்வில் பங்கேற்பதற்கான (Participation) அதி முக்கிய வாய்ப்பு அங்கதனுக்குத் தரப்படுகிறது.

குகனோடு ஐவரானோம்

சீதையைத் தேடத் துவங்கும்போது ராமனும் லக்குவனும் இருவர் மட்டுமே அதில் ஈடுபட்டார்கள். அவர்கள் செய்யவேண்டியது சீதை இருக்குமிடம் தெரிந்து, அங்குபோய் தேவைப்பட்டால் போரிட்டு, எவ்வளவு பெரிய எதிரியாக இருந்தாலும் வெற்றிகொண்டு, சீதையை மீட்டு வரவேண்டும்.

அதைச் செய்ய அவர்களுக்கு உதவியவர்கள்தான் எத்தனை எத்தனை பேர்! கம்பராமாயணத்தில் கம்பன் காட்டும் குழுக் கட்டுமானம், உருவாக்கங்கள்தான் எவ்வளவு!

ராமன் கூற்றாக விபீடணன் அடைக்கலப் படலத்தில், ராமர் தன் முழுக் குழு பற்றியும் அவர்களுடன் இருக்கும் நெருக்கம் பற்றியும் இப்படிச் சொல்கிறார். குழு மனப்பான்மைக்கு மிக அருமையான பாடல்.

‘குகனொடும் ஐவரானேம் முன்பு; பின், குன்று சூழ்வான்
மகனொடும் அறுவர் ஆனேம்; எம்முழை அன்பின் வந்த
அகன் அமர் காதல் ஐய! நின்னொடும் எழுவர் ஆனேம்;
புகல் அரும் கானம் தந்து, புதல்வரால் பொலிந்தான் நுந்தை’

யுத்த காண்டம் - விபீடணன் அடைக்கலப் படலம் - 6507

தசரத மகாராஜாவுக்கு நாங்கள் நான்கு புதல்வர்கள். அப்படித்தான் இருந்தோம். குகனை கங்கைக் கரையில் பார்த்தபின் அவரையும் சேர்த்து சகோதரர்கள் நாங்கள் ஐவராகிவிட்டோம். பின்பு கிட்கிந்தாவில் சுக்கிரீவனைக் கண்டோம். அவனோடு ஆறு பேரானோம். இதோ விபீடணா, உன்னோடு சேர்த்து இனி நாம் ஏழு பேர். தசரதருக்கு இனி நாம் ஏழு பேர் பிள்ளைகள், என்கிறான் ராமன்.

சகோதரனாகவே பாவிக்குமளவு அவர்கள் நெருக்கம் கொண்டு விட்டார்கள். இந்தக் குழுதான் ராவணனை அழித்து வெற்றி கண்ட குழு.

சுக்கிரீவனை ராம லக்குவனுடன் சேர்த்துவிடுதல்

குழுக்களில் இருவகை உண்டு. ஒன்று எவரோ அல்லது நிறுவனமோ ஒரு சில நபர்களை ஒன்று சேர்த்து நீங்கள் எல்லோரும் சேர்ந்து ஓர் குழு என்று அறிவிப்பது. அதை Formal Team - ஃபார்மல் டீம் என்பார்கள். விருப்பமோ இல்லையோ அந்தச் சிலர் சேர்ந்ததுதான் குழு என்பது.

மற்றொருவகையான குழுவை இன்பார்மல் டீம் - Informal Team - அல்லது நேச்சுரல் டீம் - Natural team - எனலாம். இவர்கள் எவரும் வலிந்து சேர்த்து வைக்காமல் அவர்களாகவே ஈர்ப்பு கொண்டு அல்லது தேவையின் காரணமாக சேர்ந்துகொள்வார்கள். இது நேச்சுரல் டீம்.

ராம காரியமான சீதையை மீட்பதும், சுக்கிரீவனின் தேவையான வாலி வதமும் இரு பெரும் நிகழ்வுகள். இவற்றைச் செய்வது ராமன்தான். ஆனால் அது சாத்தியமானது தனி முயற்சியால் அல்ல. ராவண வதம் குழு முயற்சியால்தான் என்று சுலபமாகச் சொல்லிவிடமுடியும். ஆனால் வாலி வதமும் அப்படித்தான். சுக்கிரீவன் போய் வாலியைப் போருக்கு அழைக்கவேண்டும். சுக்கிரீவன் வாலியுடன் போரிடவேண்டும். அப்படி நடக்கும் போது, வாலி கவனியாதபோது, வாலியின் கண்ணில் படாமல் இருந்துதான் ராமன் அம்பு எய்திக் கொல்லவேண்டும். அதுதான் திட்டம். அதுதான் நடந்தது. ஆக, அது ராமனின் தனிப்பட்ட செயல் அல்ல.

ஆக ராம லக்குவன் என இருவராக இருந்தவர்களை அனுமன் சுக்கிரீவன் ஆகியோருடன் வலுமிக்க படை, குழு ஆக்கியதும் நடந்திருக்கிறது. அந்தக் குழுவை உருவாக்கியவன் யார்? அது உருவாகக் காரணமாக, ஏதுவாக இருந்தவன் யார்? அனுமன்தான். அவனால்தான் இது சாத்தியமாயிற்று!

சுக்கிரீவனுக்கு அனுமன் அமைச்சன். காட்டில் ராம லக்குவரைப் பார்க்கிறான். அவர்கள் யார் என்று தெரியவில்லை. அவர்களுடன் பேசுகிறான், அவர்களைப்பற்றிப் புரிந்துகொள்கிறான். ராம லக்குவரிடம் சுக்கிரீவன்பற்றி நல்லதாக எடுத்துச் சொல்கிறான். பின்னர் சுக்கிரீவனிடம் ராம லக்குவர் பற்றி நேர்மறையாக எடுத்துச் சொல்கிறான்.

> சூழிமால் யானையார் தொழுகலல் தசரதன்
> பாழியால், உலகெலாம் ஒரு வழிப்படர வாழ்

ஆழியான் மைந்தர்; பேர் அறிவினார்; அழகினார்;
ஊழியார்; எளிதின் நிற்கு அரசு தந்து உதவுவார்.

கிட்கிந்தா காண்டம் - கிட்கிந்தைப் படலம் - 3789

சுக்கிரீவனின் மிகப்பெரிய தேவையை - அவனுடைய ராஜ்ஜியத்தை மீட்பதை - இவர்கள் செய்து தருவார்கள் என்று சொல்கிறான். அவர்களுக்குள் இணக்கம் உண்டாக்குகிறான் அனுமன்.

குழுவினரைத் தலைவன் பாராட்டுதல்

குழுவின் தலைவன் தன்னுடைய குழுவினரின் செயல்களைப் பாராட்டவேண்டும். வெற்றிகளை மதிக்க, அங்கீகரிக்க வேண்டும். அதை ராமன் செய்யத் தவறுவதே இல்லை.

கடுமையான போரில் வெல்ல முடியாத இந்திரஜித்தை லக்குவன் கொன்றுவிடுகிறான். அவன் தலையை வெட்டி வந்து அண்ணன் ராமன் காலில் வைக்கிறான். அப்போது ராமன்,

கம்ப மதத்துக் களியானைக் காவல் சனகன் பெற்றெடுத்த
கொம்பும் என்பால் இனிவந்து குறுகினள் என்று அகம்
குளிர்ந்தேன்;
வம்பு செறிந்த மலர்கோயில் மறையோன் படத்த மாநிலத்தில்
'தம்பி உடையான் பகை அஞ்சான்' என்னும் மாற்றம்
தந்தனையால்.

யுத்த காண்டம் - இந்திரஜித்து வதைப் படலம் - 9183

'நீ இந்திரஜித்தனைக் கொன்றுவிட்டாய். அதனால் சீதை என்னை நெருங்கிவந்துவிட்டாள் என்றே எண்ணுகிறேன். உன்னைப் போன்ற தம்பி உடையவன் எத்தகைய பகைவனுக்கும் அஞ்ச வேண்டியதில்லை என்று உன் பெருவீரத்தைக் காட்டி என் புகழை நிலைநிறுத்தினாய் என்று பாராட்டுகிறான்.

8

தகவல் பறிமாற்றம்

Communication

மந்தரையின் பேச்சால் மனம் மாறிப்போன கைகேயி, தசரதனிடம் முன்பு பெற்ற இரண்டு வரங்களைக் கேட்டு வாங்கியிருக்கிறாள். பரதனுக்குப் பட்டம் சூட்ட வேண்டும், ராமன் பதினான்கு ஆண்டுகள் காட்டிற்குப் போகவேண்டும் என்பவைதான் அந்த இரண்டு வரங்கள்.

தசரதனின் அரண்மனைக்கு ராமன் அழைக்கப்படுகிறான். ராமன் வருகிறான். ஆனால் தந்தையைப் பார்க்கமுடியவில்லை. அப்போது கைகேயி அவன் முன் வருகிறாள். தந்தை உனக்கு இட்ட கட்டளை ஒன்று உள்ளது, நீ சரியென்றால் அதை நான் உனக்குச் சொல்கிறேன் என்கிறாள். ராமன் சந்தோஷமாகச் சம்மதிக்கிறான்.

கைகேயி சொல்கிறாள்,

> ‘ஆழிசூழ் உலகமெல்லாம்
> பரதனே ஆள, நீ போய்த்

தாழ்இரும் சடைகள் தாங்கித்
தாங்க அரும்தவம் மேற்கொண்டு,
பூழிவெங்கானம் நண்ணிப்
புண்ணியத் துறைகள் ஆடி,
ஏழ் இரண்டு ஆண்டின் வா என்று
இயம்பினான் அரசன்'.

அயோத்தியா காண்டம் - கைகேயி சூழ்வினைப் படலம் - 1601

'இந்த உலகத்தை பரதன் ஆளவேண்டும். நீ சடாமுடி தழைய, காட்டிற்குச் சென்று அங்கே அரிய தவமெல்லாம் செய்து, புண்ணியத் தீர்த்தங்கள் எல்லாம் ஆடி, பதினான்கு ஆண்டுகள் கழித்துத்தான் நாடு திரும்பவேண்டும்' என்று... அரசர் சொன்னார்' என்கிறாள் கைகேயி.

திட்டம் இவளுடையதுதான். சொல்ல விரும்புவதும் இவள்தான். அதைத் தெளிவாகச் சொல்லிவிட்டு, இறுதியில்... அரசர் சொன்னார் என்று முடிக்கிறார்களே அதுதான் சொன்னவரின் சமார்தியம். தொடர்புக் கலையை பிரமாதமாகக் கையாளுதல்.

எவ்வளவு முக்கியத் தகவலை ஒரே பாடலில் தெளிவாகச் சொல்லிவிட்டார் கம்பன்.

பணிவு கலந்த வினவல்

ராமனும் லக்குவனுமாக காட்டில் சீதையைத் தேடிக் களைத்துப் போயிருக்கிறார்கள். அப்போதுதான் அவர்களை அனுமன் பார்க்கிறான். அவர்கள் ஏதோ பெரிய துன்பத்தில்தான் இருக்கிறார்கள் என்று பார்த்த கணமே உணர்ந்துகொண்டு அவர்களை நெருங்கி, வணங்கிப் பேசுகிறான். பின்னர் சுக்கிரீவனைக் காண ராமன் விருப்பம் தெரிவிக்கிறான். அப்படி பேசிக்கொண்டிருக்கையில், அனுமனுக்கு ராம லக்குவனரை இன்னார் என்று தெரியவில்லை. அப்போது அவன் லக்குவனிடம் கேட்கிறான்,

'யார் என விளம்புகேன் நான், எம்குலத்லைவர்களுக்கு, உம்மை?
வீரர் நீர் பணித்தீர்!' என்றான் மெய்ம்மையின் வேலி போல்வான்;
வார்கழல் இளைய வீரன், மரபுளி, வாய்மை யாதும்
சோர்வுஇலன், நிலைமை எல்லாம் தெரிவுறச் சொல்லலுற்றான்.

கிட்கிந்தா காண்டம் - அனுமப் படலம் - 3775

ராம இலக்குவனனிடம், நீங்கள் யார் என நேரடியாகக் கேட்காமல், உங்களை யார் என்று சுக்ரீவனுக்குச் சொல்வேன் என்று கேட்கிறான். 'யார் என விளம்புகேன் நான்' என்கிறான்.

நீங்கள் யார் என்று பெரியவர்களை நோக்கி நேராகக் கேட்பது பண்பு அல்ல. அதேபோல, அவர்கள் தங்களை யாரென்று சொல்லிக்கொள்ள, எப்படி அறிமுகப்படுத்திக்கொள்ள விரும்பு கிறார்கள் என்று தெரிந்துகொள்ளாமல், நாமாக அனுமானித்துச் சொல்லக்கூடாது என்பதையும் அனுமன் மூலம் நமக்குக் கம்பன் காட்டுகிறான்.

மரியாதை. அதே சமயம் தெரிந்துகொள்ளவேண்டியதைச் சரியாகக் கேட்டுவிடுவது. தொடர்புக் கலையில் எத்தனை பெரிய செய்தி இது! அனுமன் மூலம் கம்பன் காட்டும் அற்புதம்.

இதைச் செய்கிறாயா அல்லது...

ராம லக்குவர், சுக்கிரீவன், அனுமன் மற்றும் வானரச் சேனை முழுவதும் இலங்கை வந்தாயிற்று. போர் எந்நேரமும் தொடங்கலாம். அதுசமயம் ராமன் மீண்டும் ராவணனுக்குத் தூது அனுப்ப விரும்பி, அங்கதனைத் தூதுவனாகத் தேர்வு செய்கிறான்.

அங்கதன் ராமனிடம் கேட்கிறான், 'நான் போய் அரசவையில் என்னவென்று சொல்லவேண்டும்?' என்று.

போவதற்கு முன் கேட்டுக்கொள்வது அவசியம். அதைத் தொடர்புடையவர் வாயில் இருந்தே (from the horse's mouth என்பது போல) கேட்டுக்கொள்வது, கருத்து மாறுபாடுகளைத் தவிர்க்கும். தகவல் இடைவெளி – Communication gap – வந்து விடக்கூடாது. அதற்காகத்தான் அங்கதன் அவ்வாறு கேட்கிறான்.

'என் அவற்கு உரைப்பது?' என்ன என்று அங்கதன் கேட்டதற்கு ராமன் சொல்கிறான்,

> 'என் அவற்கு உரைப்பது?' என்ன, 'ஏந்திழையாளை விட்டுத்
> தன் உயிர் பெறுதல் நன்றோ? அன்று எனின், தலைகள் பத்தும்,
> சின்ன பின்னங்கள் செய்ய, செருக்களம் சேர்தல் நன்றோ?
> சொன்னவை இரண்டின், ஒன்றே துணிக எனச் சொல்லிடு'
> என்றான்.

யுத்த காண்டம் - அங்கதன் தூதுப்படலம் - 6984

அங்கதனிடம் ராமன் நீட்டி முழக்கவில்லை. எளிமையாகச் சொல்கிறான். 'சீதையை விட்டுவிட்டு உன் உயிரை இழக்காமல் தக்க வைத்துகொள்வது நல்லதா? அல்லது உன் தலைகள் பத்தும் என் அம்பினால் அறுக்கப்பட்டுப் போர்க்களத்தில் கிடப்பது நல்லதா? என்ற இந்த இரண்டில் அவன் எதைத் தேர்ந்தெடுக்கிறான் என்று ராவணனிடம் கேள்' என்கிறான்.

தொடர்புக் கலையில் எளிமை மிக முக்கியம்.

> 'தேவியை விடுக. அன்றேல் செருக்களத்து எதிர்த்து, தன்கண்
> ஆவியை விடுக'

ராமன் சொன்ன செய்தியைக் கொண்டுசென்ற அங்கதன், ராவணனிடம் அதேதொனியில் இன்னும்கூடச் சுருக்கமாகச் சொல்வதை மேலும் அழகாகக் காட்டுகிறான் கம்பன்.

> 'கூவி, இன்று என்னை, நீ போய், 'தன்குலம் முழுதும் கொல்லும்
> பாவையை, அமருக்கு அஞ்சி, அரண்புக்குப் பதுங்கினானை,
> தேவியை விடுக! அன்றேல், செருக்களத்து எதிர்ந்து, தன்கண்
> ஆவியை விடுக!' என்றான், அருள் இனம் விடுகிலாதான்'

யுத்த காண்டம் - அங்கதன் தூதுப்படலம் - 7005

சீதையை விடுகிறாயா, அல்லது உயிரை விடுகிறாயா? அவ்வளவுதான் அங்கதன் கேட்கிறான். ரத்தினச் சுருக்கமாக.

சொல்வது முழுவதையும் கேட்க ஆயத்தப்படுத்துவது

தகவல் பரிமாற்றத்தில் தடை ஏற்படுத்துவன என்று சில உண்டு. அவற்றுக்கு Barriers என்று பெயர். தகவல் பறிமாற்றம் நடக்க வேண்டிய விதமாக நடக்காமல் போவதற்கு, சொல்பவர், கேட்பவர் ஆகிய இருவரில் எவரும் 'தடை'யாக அமைந்து விடலாம்.

கேட்பவர் தரப்புக் காரணங்களில் ஒன்று, அவர் சொல்லப் படுவதைச் சரியாகக் கவனிக்காமல் விடுவது. அப்படி அவர் ஊன்றிக் கவனிக்காமல் விடுவதற்கும் பல காரணங்கள் இருக்கலாம். அதில் ஒன்று, சொல்லப்படும் செய்தியின் நீளம், மற்றொன்று செய்தியின் முக்கியத்துவம்பற்றித் தெரியாமலே கேட்க ஆரம்பிப்பது.

இவற்றைத் தவிர்க்கமுடியும். செய்தியைச் சொல்பவர் ஒரு வேலையைச் செய்தால் போதும். அதை அனுமன் பிரமாதமாகச் செய்கிறான்.

ராம லக்குவர், அனுமன் செய்த அறிமுகத்தால் சுக்கிரீவனுடன் நட்பு பாராட்டுகிறார்கள். அப்பொழுது ராமனுக்கும் லக்குவனுக்கும் தனது அரசன் சுக்கிரீவன்பற்றி அனுமன் விரிவாகச் சொல்ல விரும்புகிறான். அந்தத் தகவல் பரிமாற்றம் சுக்கிரீவனுக்கும் அதனால் அனுமனுக்கும் அங்கே மிக முக்கியமானது.

சுக்கிரீவன் கதையோ மிக நீளமானது. அதை ராமன் முழுவதும் கேட்டுக் கொள்ளவேண்டும். சுக்கிரீவன் செய்தது சரி என்ற எண்ணம் ராமனுக்கு வரவேண்டும். அப்போதுதான் அவன் வாலியை வெற்றிகொள்ள ராம லக்குவர் உதவி செய்வார்கள் என்பதை நன்கு உணர்ந்திருந்த அனுமன், சுக்கிரீவனின் கதையைச் சொல்லும்முன்... அந்த எச்சரிக்கை உணர்வுடன் இருந்தான் என்பதைக் கம்பன் அழகாகக் காட்டும் இடம், இது.

> என்ற வேலையில், எழுந்து மாருதி,
> குன்றுபோல நின்று இருகை கூப்பினான் -
> 'நின்று நீதியாய்! நெடிது கேட்டியால்!
> ஒன்று யான் உனக்கு உரைப்பது உண்டு' எனா.

கிட்கிந்தா காண்டம் - நட்புகோல் படலம் - 3822

'நெடிது கேட்டியால், ஒன்று யான் உனக்கு உரைப்பது உண்டு' என்றால், 'நான் சொல்லப்போவது சற்று நீளமான வரலாறு. கவனமாகக் கேளுங்கள்' என்று முன்கூட்டியே சொல்லி அவர்களை அதற்கேற்பத் தயார்படுத்துகிறான் என்று பொருள். தகவல் தொடர்பு சரியாக அமைய, கேட்பவரை எவ்வளவு அருமையாகக் கவனமாக்குகிறான் அனுமன்! Orient செய்கிறான்.

எதை எப்படிப் பேசவேண்டும்

Planning the conversation

சீதாப்பிராட்டியாரைப் பார்த்தாயிற்று. அடுத்து ராவணனுக்குத் தகவல் சொல்லவேண்டும். அதற்காக அரக்கர்களைக் கொன்று... ஐம்பெரும் தலைவர்களையும், ராவணனின் மகன் அக்க குமாரனையும் கொன்று... பின் இந்திரஜித்துடனும் போர் செய்கிறான் அனுமன்.

ராவணனைச் சந்திக்கவேண்டும் என்பதற்காகவே, இந்திரஜித்து விட்ட பிரம்மாஸ்திரத்துக்குக் கட்டுப்பட்டதுபோல வேண்டுமென்றே அமைதியாக இருக்கிறான்.

அவனைத் தெருவீதிகளில் இழுத்துச் செல்கிறார்கள். அப்படிப் போகும்போது, 'இந்தக் குரங்குதான் அட்டகாசம் செய்தது, அக்க குமாரனைக் கொன்றது... அரக்கர்களை அழித்தது' என்று லங்கை மக்கள் வெறுப்புக் காட்டி குத்தியும் அடித்தும் அனுமனைத் துன்புறுத்துகிறார்கள்.

இந்த தொல்லைகள், துன்பங்கள் எல்லாம் அனுமன் உடலுக்குத்தான் நேர்கின்றன. அதேசமயம் அவன் உள்ளத்துள் என்ன நடந்தது என்றும் கம்பன் சொல்கிறான்?

அனுமன் மனதுக்குள் சிந்தனை ஓடுகிறதாம். எதைப்பற்றிய யோசனை ஓடுகிறது?

வளை எயிற்று அரக்கனை உற்று, மந்திரத்து
அளவறு முதியரும் அறிய, ஆணையால்
விளைவினை விளம்பினால், மிதிலை நாடியை
இளகினன், என்வயின் ஈதல் ஏயுமால்

சுந்தரகாண்டம் - பிணிவீட்டுப் படலம் - 5825

ராவணனின் மந்திராலோசனைச் சபையில் அளவற்ற ஆற்றல் பெற்ற, அனுபவம் வாய்ந்த முதியவர்களும் அறியும்விதமாக, ராமன் இட்ட ஆணையின்படி ராவணன் சீதையை விடாவிட்டால் அவனுக்கு ஏற்படக்கூடிய விளைவுகள்பற்றி நாம் எடுத்துக் கூறினால், ராவணன் மனவுறுதி குலைந்து சீதா தேவியை விட்டுவிடவும் வாய்ப்பு இருக்கிறது' என்று எண்ணினான். மேலும்,

'ஆதலான், அரக்கனை எய்தி ஆற்றலும்
நீதியும் மனக்கௌ நிறுவி, நின்றவும்
பாதியின் மேல்செல நூறி, பைப்பையப்
போதலே கருமம்' என்று, அனுமன் போயினான்.

சுந்தரகாண்டம் - பிணிவீட்டுப் படலம் - 5828

ராமனது பேராற்றலையும் நீதிநெறிமுறைகளையும் ராவணன் மனம் உடன்படுமாறு அவனிடமே எடுத்துக்கூறிப் பார்க்கலாம். அப்படி அவன் அதற்கு உடன்படாவிட்டால், நாம் ஏற்கெனவே அழித்ததுபோக மீதியுள்ள அரக்கர் சேனையில் பாதியையாவது அழித்துவிட்டுத்தான் ராமனிடம் போகவேண்டும். அதனால் இதனை அவசரப்படாமல் ஒன்றன்பின் ஒன்றாக மெதுவாகச் செய்வதே நாம் சிந்திக்கத் தகுந்த ஒன்று' என்றும் எண்ணுகிறான்.

முக்கியப் பேரத்துக்கு முன்னால் அதுபற்றி யோசிக்கவேண்டும், தெளிவாகத் திட்டமிடவேண்டும். அந்தத் திட்டமிடல் அமைதியான இடத்தில் சிறப்பாக நடக்க முடியும். அனுமனுக்கு இருந்த அவ்வளவு இக்கட்டான சூழ்நிலையிலும் அவன் மனதிற்குள் பல்வேறு முறைகளையும் வாதங்களையும் யோசித்துப் பார்த்திருக்கிறான். தனது உரையாடல் எப்படிப் போகவேண்டும் என்று திட்டமிட்டிருக்கிறான்.

எதைச் சொன்னால் எடுபடுமோ, அதை...

> இளையவள் தன்னைக் கொல்லாது, இருசெவி மூக்கொடு ஈர்ந்து,
> 'விளைவு உரை' என்று விட்டார். வீரராய்; மெய்ம்மை ஓர்வார்;
> களிதியேல்ஆவி, நம்பால் இவன் வந்து கண்ணின் கண்ட
> அளவு உரையாமல் செய்தி ஆதி' என்று அமையச் சொன்னான்.

சுந்தரகாண்டம் - பிணிவீட்டுப் படலம் - 5920

ராவணன் சபையில் விபீடணன் கூறுகிறான்: ராம லக்குவர் ராவணன் தங்கை சூர்ப்பனகையைக் கொல்லாமல், மூக்கையும் வாயையும் அரிந்துவிட்டு நீ போய் இங்கு நடந்தவற்றை உன் தமையனிடம் சொல் என்று அனுப்பினர். அதற்கு மாறாக, நீ தூதுவனான இந்த அனுமனைக் கொன்றுவிட்டால், அவன் திரும்பிச் சென்று ராமனிடம் நம்முடையை படைபலத்தின் அளவு, மற்றும் நமது சிறப்பு, பெருமைகளைச் சொல்லாமல் போய்விடக்கூடிய சாத்தியம் உள்ளது. அதுவே நமது குற்றமும் (நமக்கே நாம் செய்துகொள்ளும் தீங்கு) போலாகிவிடும் என்கிறான் விபீடணன்.

விபீடணன் நீதி நெறிகளின்படி வாழ்பவன். அண்ணன் ராவணன் செய்வது அவனுக்குப் பிடிக்கவில்லை. தூதனைக் கொல்லலாம் என்கிறான் ராவணன். அதுசமயம் விபீடணன் இப்படிச் சொல்கிறான் என்றால் என்ன பொருள்?

உணர்வு ரீதியாகப் புத்திசாலித்தனமானப் பேச்சு அது. 'எமோஷனல் இண்டெலிஜெண்ட்' ஆக நடந்துகொள்கிறான். எதைச் சொன்னால் அண்ணன் ராவணன் தூதுவனை விட்டுவிடுவான் என்று யூகித்து, இந்தத் தூதுவன் போய் நம் பலம்பற்றி சொல்லட்டும் என்கிறான். அவனது அந்த யுக்தி வேலை செய்கிறது.

உரையாடல்களில் எப்படிப் பேச வேண்டும் என்பதற்கு கம்பன் காட்டும் நல்ல உதாரணங்களில் இதுவும் ஒன்று.

சீதை மறுமொழி

இலங்கை. அசோகவனம். இரவு நேரம். சுற்றிலும் கோபமான அரக்கியரின் கடுங்காவல். நடுவில் சோகமே வடிவாக சீதா தேவி. மரத்தின் கிளையில் தன்னை சிறு உருவமாக மாற்றிக்கொண்டு தகுந்த சூழ்நிலைக்காகக் காத்திருக்கிறான் அனுமன். திரிசடை தவிர ஏனைய அரக்கியர் அனைவரும் உறங்கும்போது அங்கே தேவமகளிர் புடை சூழ வருகிறான் ராவணன். இதுதான் கம்பன் காட்டும் காட்சி.

சீதையைத் தன் விருப்பத்திற்குச் சம்மதிக்க வைக்க பலவாறாக கெஞ்சல், மிரட்டல், பணிதல் என்று ராவணன் பலவிதமாகப் பேசிப் பார்க்கிறான். அதற்கு சீதா தேவி பதில் சொல்வதாக கம்பன் 21 பாடல்கள் எழுதியிருக்கிறான். சுந்தர காண்டம் - காட்சிப் படலம் - 5290 முதல் 5310 வரை.

சீதா தேவி ராவணனை இகழ்கிறார், எள்ளி நகையாடுகிறார். மிரட்டுகிறார், எச்சரிக்கிறார். ராமனின் பெருமை குறித்துப் பேசுகிறார்.

அனுமன் சீதையிடம் பேசுதல்

அந்த இக்கட்டானச் சூழ்நிலையில் அந்த இரவு எப்படியிருந்திருக்கும்! இருட்டு, வனம், சுற்றிலும் அரக்கியர் உறங்கிக் கொண்டிருக்கிறார்கள். சீதா தேவி கலக்கம் கொண்டு நிலைகுலைந்திருக்கிறாள். தன்னுயிரைப் போக்கிக்கொள்ள முடிவு செய்து விடுகிறார். அப்போது அனுமன் மனம் என்ன பாடு பட்டிருக்கும். அவன் எத்தனை துடித்துப் போயிருப்பான்.

உடனடியாக அனுமன் தான் கொண்ட சிறிய உருவத்துடன் மரத்திலிருந்து இறங்கி சீதையின் முன் வந்து நின்று பவ்யமாகப் பேசுகிறான். எப்படி?

சுய அறிமுகம் - Self introduction

அனுமனை அதற்கு முன்பு எப்போதும் சீதை பார்த்ததில்லை. அறிந்திருக்கவும் இல்லை. எதிரி ராவணனோ பல மாயங்கள் செய்பவன், ஏமாற்றுக்காரன், பல வேடங்கள் போடுகிறவன். காவலோ கடுமையாக இருக்கிறது. ராமனிடம் இருந்து எந்தத் தகவலும் இல்லை. இந்நிலையில் தன் எதிரில் ஒரு சிறு குரங்கு வந்து நின்று பேசினால், சீதை அதை எப்படி எடுத்துக்கொள்வாளோ?

அது அனுமனுக்கும் தெரியாது. ஆனால் அனுமன் பேசுகிறான்...

அடைந்தனென் அடியனேன் ராமன் ஆணையால்
குடைந்து உலகனைத்தும் நாடும் கொட்பினால்
மிடைந்தவர் உலப்பிலர் தவத்தை மேவலால்
மடந்தை நின்சேவடி வந்து நோக்கினேன்

சுந்தர காண்டம் - காட்சிப் படலம் - 5250

'அடியவனாகிய நான் ராமன் ஆணையால் இங்கு வந்திருக்கிறேன் என்று முதல் வாக்கியத்திலேயே ராமன் பெயரைச் சொல்கிறான். உங்களைத் தேடும் பணியில் எண்ணற்ற வானர வீரர்கள் ஈடுபட்டிருக்கிறாள். அவர்களுள் ஒருவனான நான் முன்பிறவியில் செய்த நல்லவைகளால் உங்களைக் காணும் பாக்கியம் பெற்றேன்' என்கிறான். 'ராமன் அனுப்பியது. என்னை மட்டும் இல்லை. இன்னும் கணக்கற்ற வானர வீரர்களையும் உங்களைத் தேடும் பணியில் அனுப்பியிருக்கிறார். அவர்களுள் ஒருவனான நான் உங்களைப் பார்த்ததை பாக்கியமாகக் கருதுகிறேன்.'

எப்படி ரத்தினச்சுருக்கமாக, பொட்டில் அடித்ததுபோல, கேட்பார் மனதில் பதியும் வண்ணம் சொல்கிறான்!

அடுத்த பாடலில் நீங்கள் இங்கிருப்பது ராமனுக்கு இன்னும் தெரியாது என்று கூறிவிட்டு, அதற்கு அடுத்து...

ஐயுறல்! உளது அடையாளம்; ஆரியன்
மெய்யுற உணர்த்திய உரையும் வேறுஉள;
கையுறு நெல்லி அம்கனியின் காண்டியால்;
நெய்உறு விளக்கு அனாய்! நினையல் வேறு!' என்றான்.

சுந்தர காண்டம் - காட்சிப் படலம் - 5252

சந்தேகம் வேண்டாம் என்பதுதான் அவனது அடுத்த வார்த்தை. அதற்கும் அடுத்த சொல்... என்னிடம் அடையாளம் இருக்கிறது. தவிர, ராமபிரான் சொல்லியனுப்பிய அடையாள மொழிகளும் உள்ளன. நான் சொன்னால் உங்களுக்குப் புரியும். அதனால் உயிரை விடும் நினைப்பை விடுக என்கிறான்.

என்ன தேவையோ அதைச் சொல்வதுதான் தொடர்புக்கலையின் சிறப்பு. To the point என்பார்கள். கச்சிதமாகச் செய்கிறான் கம்பன்.

அடுத்து மெல்ல மெல்ல ஒவ்வொருவரையாக சுக்கிரீவன், வாலி, வானரப்படை, அனுமன், ராமன் என்று வரிசையாக எடுத்துச்

சொல்லி, சீதா தேவியிடம் நம்பிக்கை ஏற்படுமாறு செய்கிறான் அனுமன்! சுந்தர காண்டம் - காட்சிப் படலம் – பாடல்கள் 5256 முதல் 5349 வரை 93 பாடல்கள்.

——— சொற்கள் அற்ற செய்தி பறிமாறல் ———

Non verbal communication

தகவல் பறிமாற்றத்தில் சொற்கள் அற்ற பறிமாற்றத்தை முக்கியமானதாகக் கருதுவார்கள். காரணம், அதன் வீச்சும் வலுவும் அதிகம். கம்பன் அதைப் பல இடங்களில் அற்புதமாகப் பயன்படுத்திருக்கிறான்.

இலங்கை சென்று அனுமன் வானரவீரர்கள் இருக்குமிடம் வந்துவிட்டான். அவனைப் பார்த்த உடன் அவர்கள் மகிழ்ச்சிக் கூத்தாடினார்கள். அனுமன் ஏதும் சொல்லும் முன்னரே, அவர்களாகவே,

> 'தேனோடு கிழங்கும் காயும், நறியன அரிதின் தேடி,
> மேல்முறை வைத்தோம், அண்ணல்! நுகர்தனை, மெலிவு தீர்தி;
> மான வாள் முகமே, நங்கட்கு உரைத்தது மாற்றம்' என்று
> தாம் நுகர் சாகம் எல்லாம் முறைமுறை சிலவர் தந்தார்.

சுந்தர காண்டம் - திருவடி தொழுத படலம் - 6094

'இதோ நாங்கள் தேடிவைத்திருக்கும் நறுமணமுள்ள சுவையான தேன் கிழங்குகள் காய்கள் முதலியவற்றை முதலில் உண்பாயாக. நீ இலங்கையில் சீதாதேவியைப் பார்த்துவிட்டுத்தான் வந்திருக்கிறாய் என்பதை உன் முகமே எங்களுக்குக் காட்டி விட்டது' என்கிறார்கள்.

அடுத்தது காட்டும் பளிங்குபோல் நெஞ்சம் கடுத்தது காட்டும் முகம் என்று வள்ளுவர் சொல்வது, Face is the index of mind என்கிற ஆங்கில சொல்லாடல் எல்லாம் தெரிவிப்பதைப்போல, இந்த இடத்தில் கம்பன், 'சொற்கள் அல்லாத தகவல் பறிமாற்றத்தை' தெளிவாக எடுத்துக் காட்டுகிறான்.

இதைவிடவும் சிறப்பான இடம் ஒன்று உண்டு.

ராமனிடம் சீதையைக் கண்டுவிட்ட நல்ல தகவலைச் சொல்ல வருகிறான் அனுமன். வந்தவன் என்ன சொன்னான், எப்படிச் சொன்னான் என்பதைத்தான் கம்பன் எப்படிப் பாடியிருக்கிறான்!

எய்தினன் அனுமனும், எய்தி, ஏந்தல் தன்
மொய்கழல் தொழுகிலன்; முளரி நீங்கிய,
தையலை நோக்கிய தலையன், கையினன்,
வையகம் தழீஇ, நெடிது இறைஞ்சி வாழ்த்தினான்.

சுந்தர காண்டம் - திருவடி தொழுத படலம் - 6028

ராமன் இருக்குமிடத்திற்கு வேகமாக வந்த அனுமன் வழக்கமாக ராமனைக் கண்டதும் எப்போதும் செய்வதுபோல அவன் திருவடிகளைத் தொட்டு வணங்கவில்லை. மாறாக சீதை இருந்தத் தெற்குத் திசையை நோக்கி வணங்குகிறான்.

என்ன சொல்ல... என்ன சொல்ல!

இந்த ஒரு பாடலின் மூலம்... இதில் விவரிக்கப்படும் அனுமனின் ஒரு செய்கையின் மூலம் அவன் பேசாமலேயே எப்படி ஒரு செய்தி வலுவாக ராமனையும் உடனிருக்கும் ஏனையோரையும் சென்றடைகிறது என்று கம்பன் காட்டுகிறான்.

அனுமன் செய்ததை மட்டுமில்லாமல் அவன் செய்யாமல் விட்டதையும், இவை இரண்டையும் ஒருசேரக் காண்பவரிடம் ஒரு செய்தியைக் கொடுக்கிறது என்பது தெளிவாகக் காட்டப் படுகிறது.

அவை தெரிவித்த செய்திகள் என்ன என்ன?

- *சீதையைப் பார்த்தாகிவிட்டது*
- *அந்தத் திசையில்தான் இருக்கிறார்*
- *நலமாக இருக்கிறார்*
- *அவர் வணங்கத்தக்கவர்*

எல்லாம் அந்த ஒரு செயலால் அனுமன் தெரிவிக்கிறான். சொற்களால் அல்ல. குறிப்பால் தெரிவித்தல்.

பார்வை ஒன்றே போதுமாம்

ராமனிடம் அடைக்கலம் கேட்டு விபீடணன் வந்திருக்கிறான். ராமன், சுக்கிரீவன், ஜாம்பவான், நீலன் என்று ஒவ்வொருவரையாக, விபீடணனைச் சேர்ப்பதா வேண்டாமா என்று கேட்கிறான். எல்லோரும் பதில் சொல்லி ஆகிவிட்டது. இறுதியாக அனுமனைக் கேட்கிறான் ராமன். ராமன் எப்படிக் கேட்டான் என்பதை கம்பன் இப்படி எழுதுகிறான்.

உறுபொருள் யாவரும் ஒன்றக் கூறினார்
செறிபெரும் கேள்வியாய்! கருத்து என்? செப்பு!' என
நெறிதரு மாருதி என்னும் நேர்இலா
அறிவனை நோக்கினான், அறிவின் மேல் உளான்.

யுத்த காண்டம் - விபீடணன் அடைக்கலப் படலம் - 6447

நீ என்ன சொல்கிறாய் என்று அனுமனைப் பார்வையாலேயே கேட்கிறான் ராமன். ராமனுக்கும் அனுமனுக்கும் இடையே இருக்கும் புரிதலாலும், எல்லோரையும் கேட்ட கேள்வி, இன்னும் அனுமனைக் கேட்கவில்லை என்ற சூழ்நிலையாலும் இவை எல்லாம் சேர்ந்து அந்தப் பார்ப்பவைக்குப் பொருள் கொடுத்து விடுகிறது. தனியாக நீயும் சொல் என்று ராமன் கேட்கத் தேவையில்லை. அதைத்தான் கம்பன் தெரிவிக்கிறான்.

கண்டனன் சீதையை

சீதையை இலங்கையில் பார்த்துவிட்டு வரும் அனுமன் ராமன் இருக்குமிடம் வருகிறான். சீதை இருக்கும் தென் திசைப் பக்கம் திரும்பிக் கைகூப்பி வணங்குகிறான். ராமனாலும் குறிப்பால் உணரமுடிகிறது. ஆனாலும்... வார்த்தைகளால் உறுதிப்பட வேண்டுமே! தவிர எங்கே, எப்படி இருக்கிறாரோ!! தவிப்பு இருக்கத்தானே செய்யும்?

ராமனின் இந்த நிலைமை அனுமனுக்குத் தெரியாதா என்ன? கம்பன் உணரமுடியாததா? ராமனிடம் அனுமன் சொல்லும் முதல் வார்த்தை என்னவாக இருக்கும்? சொல்லின் செல்வன் அல்லவா அனுமன்! 'கண்டனென், கற்பினுக்கு அணியைக் கண்களால், என்றுதான் வாக்கியத்தையே ஆரம்பிக்கிறான்.

'கண்டனென், கற்பினுக்கு அணியைக்கண்களால்,
தென்திரை அலைகடல் இலங்கைத் தென்நகர்;
அண்டர் நாயக! இனி, துறத்தி, ஐயமும்,
பண்டு உளதுயரும்' என்று அனுமன் பன்னுவான்.

சுந்தர காண்டம் - திருவடி தொழுத படலம் - 6031

எப்படிப்பட்ட, 'பொருள் கிட்டித்து வைக்கப்பட்ட வாக்கியம்' (லோடட் ஸ்டேட்மெண்ட்). அந்த ஒரு முதல் வாக்கியத்திலேயே, நாலே வார்த்தைகளில்...

- பார்த்துவிட்டேன்.
- அவர்கள் நலமாக இருக்கிறார்கள்.

- *கற்புடன் இருக்கிறார்கள்.*
- *நானே பார்த்துவிட்டேன். (இது First hand information)*

ராமனுக்கு வரக்கூடிய எல்லா முக்கியச் சந்தேகங்களையும், கேள்விகளையும் யூகித்து அவை எல்லாவற்றுக்கும் ஒரே வாக்கியத்தில் தகவல் தெரிவித்தாயிற்று. சந்தேகமே (ஆம்பிகுட்டி - Ambiguity) வர முடியாது.

தேவையான அளவு விபரம்

ஒருவருக்குத் தகவல் சொல்வதென்றால் அதில் தேவையான விவரங்கள் இருந்தால்தான் அவர்களால் செயலாற்ற முடியும். சொல்பவர்க்கு அந்தக் கவனமும், சொல் நேர்த்தியும் இருக்க வேண்டும். அப்படி இருந்தால்தான் சொல்வது பயனளிக்கும்.

யுத்த களம். ராம இலக்குமணர் உட்பட அனைவரும் மயங்கிக் கிடக்கும் நிலை. அவர்களுக்கு மயக்கம் தெளிவித்து உயிர்ப்பிக்கும் சஞ்சீவி மருந்தை எடுத்து வரவேண்டும். அதற்காக அனுமனை ஜாம்பவான் அனுப்புகிறான். அது எங்கே இருக்கும் என்பதை விளக்குகிறான். அழகாக.

மேருவினைக் கடந்து, அப்பால் ஒன்பதினாயிரம்
உள யோசனையை விட்டால்,
நேர் அணுகும் நீலகிரி தான் இரண்டாயிரம்
உள யோசனையின் நிற்கும்
மாருதி! மற்று அதற்கு யோசனை
நாலாயிரத்தின் மருந்து வைகும்,
கார்வரையைக் கணுதி! மற்று அதுகாண,
இத்துயர்க்குக் கரையும் காண்டி

யுத்த காண்டம் - மருந்துமலைப் படலம் - 8728

ராம பட்டாபிஷேகம் உட்பட எல்லாம் நன்கு முடிந்து, ராமன் அனைவருக்கும் பரிசுகள் கொடுத்து மகிழும் நேரம். சுக்கிரீவன், அங்கதன், ஜாம்பவான், நீலன் என எல்லோருக்கும் கொடுத்து முடித்தாயிற்று. இன்னும் அனுமனுக்கு மட்டும் கொடுக்க வில்லை. அப்போது ராமன் என்ன செய்கிறான்?

பூமலர்த் தவிசை நீத்து, பொன்மதில் மிதிலை பூத்த
தேமொழித் திருவை ஐயன் திருவருள் முகத்து நோக்க,

> பாமறை கிழத்தி ஈந்த பரு முத்தமாலை கைக்கொண்டு
> ஏமுறக் கொடுத்தாள், அந்நாள், இடர் அறிந்து உதவினாற்கே

யுத்த காண்டம் - விடைகொடுத்த படலம் - 10353

ராமபிரான் கருணை மிக்க முகத்துடன் சீதா தேவியைப் பார்க்க, அதைக் குறிப்பால் உணர்ந்த சீதாதேவி, தனக்கு, முன்பு, சரஸ்வதி தேவி கொடுத்த பருத்த முத்துக்கள் கோக்கப்பட்ட மாலையை அனுமனுக்குப் பரிசாகத் தருகிறார்.

ராமன் பார்க்கும் பார்வையின் பொருளை சீதா தேவி குறிப்பால் உணருகிறார் என்றால் அவரும் அதே மனநிலையில் உணர்வில் இருந்தால் தானே முடியும்.

பலருக்கும் பரிசுகளைத் தானே தன் கையால் கொடுத்து முடித்த ராமன், அடுத்து சீதையைப் பார்க்க, அவர்கள் பரிசை அனுமனுக்கு மனமகிழ்வுடன் கொடுக்கிறார்கள் என்பது ஒரு செய்தி...

இந்த இடத்திலும் மிக அதிகப் புரிதல் இருக்கும் மனையாளை, தேவியைக் கண்களால் பார்த்தே தன் விருப்பத்தை ராமன் தெரிவிக்கிறார். அதை அப்படியே புரிந்துகொண்டு சரியாகச் செய்கிறார் சீதா பிராட்டியார் என்பது 'சொற்கள் அற்ற தகவல் பறிமாற்றத்துக்கு' இன்னுமொரு எடுத்துக்காட்டு.

கண் சாடைக்கு மேல் என்ன வேண்டும்?

சீதையைக் கடிந்து பேசுகிறான் ராமன். மனம் வெதும்பிய சீதை, என்னுடைய குற்றமற்றக் கற்பு நெறியை இனி நான் யாருக்காக நிரூபித்துக் காட்டவேண்டும். அதனால் நான் இறந்து படுதலே சரி சிறந்தது. வேதமுதல்வனே (ராமா) அதுதான் உன் கட்டளை போலும். அதுவே நடக்கட்டும் என்று சொல்லிவிட்டு,

> இளையவன் தனை அழைத்து, ' இடுதி தீ' என,
> வளை ஒலி முன் கையாள் வாயின் கூறினாள்;
> உளைளிவுறு மனத்தவன் உலகம் யாவுக்கும்
> களைகணைத் தொழ, அவன் கண்ணின் கூறினான்.

யுத்த காண்டம் - மீட்சிப் படலம் - 10029

லக்குவனைப் பார்த்து, 'நான் தீப்புகும் வண்ணம் தீக்கூடம் அமைப்பாயாக' என்கிறாள்.

இதைக் கேட்ட லக்குவன் மனக்கலக்கம் அடைந்து ராமன் என்ன சொல்லப்போகிறான் என்று அவனைப் பார்க்கிறான்.

கேட்கவில்லை. பார்க்கிறான்.

அதற்கு ராமனும் வாயால் பதில் சொல்லாமல், அவன் கண் அசைவினாலேயே சம்மதம் தெரிவிக்கிறான்.

இங்கேயும் அதே நிலைதான். நல்ல புரிதல் இருக்கும் இருவரிடையே, சூழ்நிலையும் தெளிவாக இருக்கும் பட்சத்தில் வாய்ச் சொற்களே தேவையில்லை என்பதைக் கம்பன் காட்டுகிறான்.

தவிர, சூழ்நிலையின் இறுக்கம் காரணமாகவும் பேச்சு குறைந்து விடுகிறது என்பதையும் கம்பன் காட்சிப்படுத்துதலிலேயே காட்டி விடுகிறான்.

——— விவரங்கள் ———

Details

An eye for details, Nose for details என்றெல்லாம் நிர்வாகத்தில், நிறுவனங்களில் சொல்வார்கள். எதையும் மேலோட்டமாக 'பொத்தாம் பொதுவாக' சொல்லக்கூடாது என்றும், போதியத் தகவல்கள் புள்ளிவிவரங்கள் இல்லாமல் எதையும் 'அள்ளி விடக்கூடாது' என்றும் சொல்வார்கள். அப்படிச் சொல்லும் சில கருத்துகளை Sweeping statements or Motherhood statements என்பார்கள். அவற்றின் நம்பகத்தன்மைக் குறைவு என்பதால் அவற்றைக் கவனத்தில், கருத்தில் எடுத்துக்கொள்ள மாட்டார்கள்.

12,000க்கும் அதிகமான பாடல்கள் பாடிய கம்பனிடம் விவரணைகளுக்குக் குறைவே கிடையாது. அனுமன் மகேந்திர மலையில் இருந்து கிளம்பி இலங்கைக்குப் போய், திரும்பி ராமனிடம் வருவதற்கு ஓர் இரவு, ஒரு பகல், மீண்டும் ஓர் இரவு ஆகிறது. அதற்கு ஆன மொத்த நேரம் அவ்வளவுதான். இதற்குக் கம்பன் பாடியிருக்கும் பாடல்களின் எண்ணிக்கை எவ்வளவு தெரியுமா? 1300. அவ்வளவு விவரங்கள் கொடுக்கிறான்.

அனுமன் அசோகவனத்தை அழித்தபோது அங்கிருந்த மரங்கள் என்ன ஆயின என்பதை, ஒரு நாலு வரி பாடலில் 16 வகையான அழிவு நிலைகளைச் சொல்லி நமக்கு எடுத்துக் காட்டுகிறான்.

முடிந்தன; பிளந்தன; முரிந்தன; நெரிந்த;
மடிந்தன; பொடிந்தன; மறிந்தன; முறிந்த;
இடிந்தன; தகர்ந்தன; எரிந்தன; கரிந்த;
ஒழிந்தன; ஒசிந்தன; உதிர்ந்தன; பிதிர்ந்த

சுந்தர காண்டம் - பொழில் இறுத்த படலம் - 5437

அடுத்து, அனுமன் அசோகவனத்தை அழித்தபோது அங்கிருந்த பறவைகள் என்ன ஆயின என்பதைக் கம்பன் விவரிக்கிறான்.

கதறின, வெருவி உள்ளம் கலங்கின, விலங்கு; கண்கள்
குதறின பறவை, வேலை குளித்தன; குளித்திலாத
பதறின; பதைத்த, வானில்பறந்தன; பறந்து பார்வீழ்ந்து
உதறின சிறையை; மீள ஒடுக்கின உலந்துபோன.

சுந்தர காண்டம் - பொழில் இறுத்த படலம் - 5470

எவ்வளவு விவரங்கள் தருகிறான்! நடந்ததை அப்படியே கண்முன் கொண்டுவந்து நிறுத்தும் சொல்லாட்சி. இவ்வளவு விவரங்களும் உரைநடையில் சாத்தியம். ஆனால் பாடல் இருக்கவேண்டிய இலக்கணங்களுடன் அள்ளி அள்ளித் தருகிறானே கம்பன். இங்கே அதுதான் மிகச் சிறப்பு.

மற்றுமொரு நாலு வரிப் பாடலிலும் இப்படிக் கிட்டித்து வைக்கப் பட்ட பெரு எண்ணிக்கையிலான பெயர்களைப் பார்க்க முடிகிறது. அனுமனை எதிர்த்துப் போரிட்ட கிங்கரர்கள் கையில் இருந்த ஆயுங்களின் பெயர்களை வரிசையாகச் சொல்கிறான். மொத்தம் 22 வகை ஆயுதங்கள். ஒரே பாடலில் அழகாக.

சக்கரம், உலக்கை, தண்டு, தாரை, வாள், பரிகம், சங்கு,
முற்கரம், முசுண்டி, பிண்டிபாலம், வேல், சூலம், முட்கோல்,
பொற்கரக்குலிசம், பாசம், புகர்மழு, எழுபொன் குந்தம்,
வில், கருங்கணை, வெடேறு, கழுக்கடை, எழுக்கள், மின்ன.

சுந்தர காண்டம் - கிங்கரர் வதைப் படலம் - 5496

9

உணர்வு புத்திசாலித்தனம்

Emotional Intelligence (E.I)

ஒருவர் தன்னுடைய மற்றும் பிறருடைய உணர்ச்சிகளைக் கண்காணிப்பது, பல்வேறு உணர்ச்சிகளுக்கு இடையேயான வித்தியாசங்களைப் புரிந்துகொள்ளுதல், அவற்றைச் சரியாக அடையாளம் கண்டுகொள்ளுதல், அவற்றைப் பயன்படுத்தி சிந்தனையையும் செயல்பாடுகளையும் வழிநடத்துதல் இவையே எமோஷனல் இண்டெலிஜென்ஸ்.

மனித வள மேலாண்மையில், எமோஷனல் இண்டலிஜென்ஸ் என்பது 1980களுக்குப் பின் பிரபலமாகியிருக்கும் ஒரு புதிய துறை. அதை தமிழில் 'உணர்வுகளை புத்திசாலித்தனமாக கையாள்வது' என்று சொல்லலாம்.

எமோஷனல் இண்டலிஜென்ஸ் என்பதற்கு விளக்கமாக, 'தன் உணர்வுகளை அடையாளம் காணமுடிவது, புரிந்துகொள்ள முடிவது; கட்டுப்படுத்தி ஏற்றவிதமாகப் பயன்படுத்த முடிவது. அதேபோல அடுத்தவர் உணர்வுகளைப் புரிந்து, அதற்கு ஏற்ப நடந்துகொள்ள முடிவது.' என்று சொல்வார்கள்.

கம்பராமாயணத்தில் மற்ற மேலாண் கருத்துகளைப்போலவே, 'உணர்வு புத்திசாலித்தனம்' Emotional Intelligence குறித்து பல கருத்துகள் காணப்படுகின்றன.

உணர்வைத் தூண்டிக் காரியம் சாதித்துக்கொள்வது

கல்வி, பட்டறிவு ஆகியவற்றின் காரணமாக அறிவுப்பூர்வமாக யோசிக்கத் தெரிந்தவர்களாக மனிதர்கள் இருந்தாலும் அவர்களின் உணர்வுகளைத் தூண்டிவிட்டால், அவர்களது அறிவுக்கண் உடனடியாக தானாக மூடிக்கொண்டுவிடும் என்பது உணர்வு புத்திசாலித்தனத்தில் சொல்லப்படுகிறது.

ராமன்மீது பாசமும் மதிப்பும் வைத்திருக்கும் கைகேயியின் மனதை மாற்ற, மந்தரை என்று அழைக்கப்படும் கூனி... கைகேயியின் உணர்வுகளைத் தூண்டித்தான், ராமனுக்கு எதிராக, தலைகீழாக மாற்றுகிறாள்.

உன் மகன் பரதன் அயோத்திக்கு அரசனாகட்டும். ராமன் காட்டுக்குப் போகட்டும் என்று கூனி யோசனை சொல்லியதும், கைகேயி,

> 'வெயில்முறைக் குலக்கதிரவன் முதலிய மேலோர்
> உயிர்முதல்பொருள் திறம்பினும் உரைதிறம் பாதோர்;
> மயில்முறைக்குலத்து உரிமையை, மனுமுதல் மரபைச்
> செயிருறப் புலச்சிந்தையால், என்சொனாய்? தீயோய்!'

அயோத்தியா காண்டம் - மந்தரை சூழ்ச்சிப் படலம் - 1470

'சூரிய குலத்திலும் மயில் குலத்திலும் மூத்தோர்க்கே அரசுரிமை என்பதை அறியாமல், நான் பிறந்த வீட்டிற்கும் புகுந்த வீட்டிற்கும் இழுக்கு உண்டாகும்படி உனது கீழ்மையான உள்ளத்தால் அற்பமான வார்த்தைகளைச் சொல்லிவிட்டாயே தீயவளே' என்று கூனியைக் கடுமையாகச் சாடுகிறாள் கைகேயி.

அப்படிப்பட்டவரின் உறுதியான உள்ளத்தைத்தான் மந்தரை கலைக்கிறாள்... என்ன சொல்லி?

அரசுக் கட்டில் ஏறினால் ராமன் மனம் மாறிவிடும்; அதன்பின் நீ எல்லாவற்றுக்கும் ராமனின் தாய் கோசலையிடம் கையேந்தும் நிலை வரும்; உன் பெற்றோர் எப்போதேனும் வறுமை நிலைக்கு வந்து உன்னை அணுகினால் நீ கோசலையிடம்தான் அதற்கும் இரைஞ்ச வேண்டிவரும்; சீதையின் தந்தை சனக மன்னன் உன் தந்தை நாட்டின்மீது படையெடுக்கக் கூடும் என்றும் பலவாறாகச்

சொல்லி, கைகேயியின் பொறாமை, அச்சம் ஆகிய உணர்வுகளைத் தூண்டுகிறாள்.

அதன்பின் கைகேயி மெல்ல மந்தரையிடம் கேட்கிறாள்,

அனைய தன்மையள் ஆகிய கேகயன் அன்னம்
வினை நிரம்பிய கூனியை விரும்பினள் நோக்கி,
'எனை உவந்தனை; இனியை என் மகனுக்கும்; அனையான்
புனையும் நீள்முடி பெறும்படி புகலுதி!'

அயோத்தியா காண்டம் - மந்தரை சூழ்ச்சிப் படலம் - 1485

கைகேயி, கூனியை அன்புடன் பார்த்து, 'என் மீது அளவு கடந்த பிரியம் கொண்டுள்ளாய், அதைக் காட்டிலும் பரதன் மீது மிகுந்த பாசம் கொண்டிருக்கிறாய். என் மகன் மணிமகுடம் பெற என்ன வழி என்று சொல்' என்று சிறிதளவும் அச்சமோ, குற்ற உணர்வோ இன்றிக் கேட்கிறாள்.

அதன்பின் தலைவிரி கோலமாகி தசரதன் முன் அழுது புரண்டு முன் எப்போதோ தசரதன் அவளுக்குக் கொடுத்திருந்த இரண்டு வரங்களை நினைவுபடுத்திக் கேட்கிறாள்.

'ஏயவரங்கள் இரண்டின் ஒன்றினால் என்
சேய்அரசு ஆள்வது; சீதை கேள்வன், ஒன்றால்
போய் வனம் ஆள்வது'எனப் புகன்று நின்றாள்,
தீயவை யாவையினும் சிறந்த தீயாள்

அயோத்தியா காண்டம் - மந்தரை சூழ்ச்சிப் படலம் - 1504

'என் சேய் அரசு ஆள்வது. சீதைக் கேள்வன் போய் வனம் ஆள்வது...' என்று கேட்குமளவுக்கு அவள் மனம் மாறிப் போகிறாள். எல்லாம் உணர்வு செய்த வேலை.

——— உணர்வுக் கடத்தல் ———

Emotional Hijack

அறிவின் பிடியில் இருக்கும் ஒருவரை, திடீரெனப் பீறிடும் அவரது உணர்ச்சி, தன் கட்டுப்பாட்டிற்குக் கடத்திப் போய்விடும். அதை எமோஷனல் ஹைஜேக் என்பார் டேனியல் கோல்மேன். உணர்வுக் கடத்தல் என்று தமிழில் அதைச் சொல்லலாம்.

அப்படி உணர்வுத் தூண்டல் பெரிதாக நடக்கும்போது, என்ன செய்கிறோம், ஏன் செய்கிறோம் என்கிற தன்நினைப்பு இல்லாமல் ஒருவர் அவசரகதியில் செயல்படுவார்.

மாயமானின் அழகில் மயங்கிய சீதை, லக்குவனும் ராமனும் என்ன சொல்லியும் கேளாமல் அந்த மான் வேண்டும் என்று பிடிவாதமாகக் கேட்கிறார். ராமன் அதைப் பிடிக்க முயற்சித்து, இயலாமல் இறுதியாக அந்த மானை அம்பு எய்திக் கொல்ல, மான் வேடமிட்டு வந்திருந்த மாரீசன், சுய உருவம் பெற்று, கீழே விழுந்தபோது அவன் ஏற்கெனவே திட்டமிட்டிருந்தபடி, சீதையைக் குழப்புவதற்காக ராமன் குரலில், 'ஹே சீதே, ஹே லக்குவனா' என்று கத்துகிறான்.

கணவனின் குரல் கேட்ட சீதா பதற்றம் அடைகிறார். லக்குவன் எவ்வளவு எடுத்துச் சொல்லியும் அவரது மனதுக்கு அது எவரோ செய்யும் தந்திரம் என்பது புரியவில்லை. அதுதான் எமோஷனல் ஹைஜேக் செய்யும் வேலை. தொடர்ந்து, நகராமல் துணையாக நிற்கும் லக்குவனை மோசமான வார்த்தைகளால் ஏசுகிறார்.

'குற்றம் வீந்த குணத்தின் எம் கோமான்,
மற்று அவ வாள் அரக்கன் புரி மாயையால்,
இற்று வீழ்ந்தனன் என்னவும், என் அயல்
நிற்றியோ, இளையோய்! ஒரு நீ?'

ஆரண்ய காண்டம் - ராவணன் சூழ்ச்சிப்படலம் - 3322

தலைவன் ராமன், கொடிய பகைவர்களின் கொடிய செயலால் தாக்கப்பெற்று வீழ்ந்தான் என்று அவன் குரலையே கேட்ட பின்னரும் நீ என் அருகிலேயே இன்னும் நின்று கொண்டிருக்கிறாயே! 'நீ தம்பியா? நீ ஆடவனோ? நீ மனிதனா? நிற்கிறாயே!' என்று கடுமையாகப் பேசுகிறார்.

நீ அண்ணனுக்கு உதவுவதற்காக இங்கிருந்து போகாவிட்டால் நான் தீக்குளிப்பேன் என்கிறார்.

நீ இங்கே நிற்பது நீதியல்ல

லக்குவன் அவளுக்கு எவ்வளவோ எடுத்துச் சொல்கிறான். 'அந்தக் குரல் அண்ணனுடையது இல்லை. அரக்கர்களின் செயலுக்குப் பயந்து அண்ணனா இப்படி அழைப்பார்! இல்லவே இல்லை. அண்ணன் தன்னை தற்காத்துக் கொள்ளும் வல்லமை பெற்றவர். அவரை எவரும் கொன்றிருந்தால் மூவுலகங்களும் இந்நேரம் அழிந்துபோயிருக்கும்.'

என்று அவன் இயம்பலும், எடுத்த சீற்றத்தள்,
கொன்றன இன்னலள், கொதிக்கும் உள்ளத்தள்,

'நின்ற நின்நிலை, இது, நெறியிற்று அன்று' எனா,
வன் தறுகண்ணினள், வயிர்த்துக் கூறுவாள்.

ஆரண்ய காண்டம் - ராவணன் சூழ்ச்சிப்படலம் - 3330

லக்குவன் இப்படிச் சொன்னதும், தன்னையே அவன் கொன்றுவிட்டது போன்ற உணர்வுடன், ராமனுக்கு நேர்ந்த துன்பத்தை அறிந்தும்கூட நீ இங்கே நிற்பது நீதி முறையின்பாற்பட்டது... என்கிறாள். மேலும்,

'ஒருபகல் பழகினார் உயிரை ஈவரால்;
பெருமகன் உலைவுறு பெற்றி கேட்டும், நீ
வெருவலை நின்றனை; வேறு என்? யான், இனி,
எரியிடைக் கடிது வீழ்ந்து இறபென், ஈண்டு' எனா.

ஆரண்ய காண்டம் - ராவணன் சூழ்ச்சிப்படலம் - 3331

ஒரு நாள் பழகியவர்கள் கூட நண்பர்களுக்கு ஓர் ஆபத்து என்றால் தன் உயிரையும் தரத் தயங்கமாட்டார்கள். ஆனால், உன் உடன் பிறந்தவனும் நம் தலைவனும் ஆடவர்களில் சிறந்தவனுமாகிய ராமன், இறந்துபட்ட செய்தியை அவன் வாயாலேயே கேட்ட பின்னரும் சற்றும் பதைபதைக்காமல் என் அருகிலேயே நிற்கிறாயே, இனி நான் என்ன செய்வேன்? நெருப்பில் வீழ்ந்து என் உயிரை விடுகிறேன்' என்று கூறுகிறாள்.

இப்படியெல்லாம் பேசக்கூடியவளா சீதை! அண்ணனின் நிழல் போல கானகத்திற்கும் வந்து இரவு பகலாக சேவை செய்து வரும் தம்பியை இப்படி அவள் பேசக் காரணம், உணர்வுப் பீறிடல் தவிர வேறு என்ன? ராமனுக்கு என்னவோ ஏதோ என்கிற அச்ச உணர்வே சீதையை அப்படியெல்லாம் பேச வைத்திருக்கிறது.

லக்குவன் வேறு வழியின்றி அங்கிருந்து போக மனமில்லாமல் சீதையின் வற்புறுத்தலால் போகிறான். அதற்காகவே காத்திருந்த ராவணன் துறவி வேடம் பூண்டு சீதை இருக்கும் குடிலுக்குள் வருகிறான். சீதை முதலில் அவன் யார் என்று அறியாமல் உபசரிக்கிறாள், பேசுகிறாள். பின்பு ராவணனை யார் என்று கேட்க, அவன் தன்னை மறந்து ராவணன் புகழ் பாடுகிறான். பிறகு அப்படிப்பட்டவன் ஆளுகின்ற இலங்கையில் இருந்து வந்திருக்கின்றேன் என்கிறான்.

துறவியாகிய நீர் மானுடர்களைத் தின்னும் அரக்கியர் வாழும் இலங்கையில் வெகுநாட்கள் தங்க என்ன காரணம் என்று

கேட்கிறாள். அரக்கர்களும் நல்லவர்களே என்கிறான் ராவணன். ராமன் விரைவில் அரக்கர்களை அழிப்பார் என்கிறாள் சீதை. அறம் வெல்லும் பாவம் தோற்கும் என்கிறாள்.

அடுத்து,

தேனிடை அமுது அளாய அன்ன மென்சில சொல்மாலை,
தானுடைச் செவிகளூடு தவழுற, தளிர்த்து வீங்கும்
ஊனுடை உடம்பினானும், உருகெழு மானம் ஊன்ற,
'மானிடர் வலியர்' என்ற மாற்றத்தால், சீற்றம் வைத்தான்.

ஆரண்ய காண்டம் - ராவணன் சூழ்ச்சிப்படலம் - 3376

ராம லக்குவன் ஆகிய இரு மானிடரும் அரக்கர்களைக் காட்டிலும் வலியவர் என்கிறாள் சீதை. அவ்வளவுதான் ராவணனுக்குச் சீற்றம் வருகிறது. இங்கேதான் அவனது உணர்ச்சிப் பீறிடல் நடக்கிறது. இதுகாறும் அமைதியாகத் தன் நாடகத்தை நடத்திக்கொண்டிருந்த ராவணன், தன் நிலை இழக்கிறான். அவனது சீண்டப்பட்ட மான உணர்வு அறிவு நிலையில் இருந்து அவனைக் கடத்துகிறது. Ravanan emotionally hijacked! மான உணர்ச்சி அவனைக் கோபம் கொள்ள வைக்கிறது என்கிறான் கம்பன் தெளிவாக.

அதனால் அவன் தன்நிலை மறந்து சீதையிடமே,

சீறினன், உரைசெய்வான்,'அச் சிறுவலிப் புல்லியோர்கட்கு
ஈறு, ஒரு மனிதன் செய்தான்' என்று எடுத்து இயம்பினாயேல்
தேறுதி நாளையே; அவ்இருபது திண் தோள் வாடை
'ஈறிய பொழுது, பூளைவீ என வீவன் அன்றோ?' என்கிறான்.

ஆரண்ய காண்டம் - ராவணன் சூழ்ச்சிப்படலம் - 3377

'சிறிய வலிமை படைத்த அற்பர்களான விராதன், கரன் முதலியோரை அழித்த ராமன் சிறப்பானவன் என்று நீ பேசினாயேயானால், அவன் முடிவை நாளைக்கே தெளிவாகத் தெரிந்துகொள்வாய். என்னுடைய இருபது தோள்களும் அசைந்தால் வீசும் காற்றில் பூளைப் பூவைப்போல அவன் அழிந்து படுவான் பார்' என்று தன்னை மறந்து ராமன் அழிவான் என்று சீதையிடமே சொல்கிறான்.

மீண்டும் ராவணன் தன் வலிமையைத் தானே புகழ்கிறான். பதிலுக்குச் சீதை, ராமன் பரசுராமனை வென்றதைக் கூறுகிறாள். மீண்டும் ராவணனுக்குச் சீற்றம் ஏற்படுகிறது. பொறாமை

உணர்வுதான் காரணம். 'தான் விரும்பும் சீதை, தன்னைவிட வலியவன் என்று மற்றொருவனைப் பேசுகிறார்களே!' என்று.

கோபம் பொங்கியதால், அவன் வேடம் கலைந்தது என்கிறான் கம்பன்.

என்று அவள் உரைத்தலோடும், எரிந்தன நயனம்;திக்கில்
சென்றன் திரள் தோள்; வானம் தீண்டின மகுடம்; திண்கை
ஒன்றொடு ஒன்று அடித்த, மேகத்து உரும் என; எயிற்றின்
ஒளிமென்றன; வெகுளி பொங்க, விட்டது மாய வேடம்

ஆரண்ய காண்டம் - ராவணன் சூழ்ச்சிப்படலம் - 3380

கண்களில் தீப்பொறி, இருபது தோள்களும் திசையெங்கும்.... பத்து மகுடங்களும் வான் முகட்டில், இருபது கைகளும் ஒன்றோடு ஒன்று அறைந்துகொண்டு; பற்கள் கடித்துக்கொண்டு... கோபம் மிகுந்ததால் தன் வயம் இழந்தான் ராவணன். தன் வயம் இழப்பதுதான் உணர்வுக் கடத்தல்.

இவற்றைப் பார்த்த சீதை இவன் யார் என அஞ்சுகிறாள். நடுங்குகிறாள். அப்போது ராவணன் சீதையை மிரட்டுகிறான். என் வீரத்தைப் பார்க்காமல் மானுடர்கள், வீரர்கள் என்கிறாய். நீ பெண் என்பதால் விட்டுவைத்திருக்கிறேன். இல்லாவிட்டால் இந்நேரம் உன்னைப் பிசைந்து தின்றிருப்பேன். உன்னை அடைய முடியாத நிலை எனக்கு ஏற்பட்டுவிடக்கூடாது. அப்படி ஏதும் ஏற்படுமானால் நானும் என் உயிரைப் போக்கிக்கொள்வேன் என்கிறான் (3383).

அப்படிக் கத்திய ராவணன், உடனே..

'அன்னப் பறவையைப் போன்றவளே பயப்படாதே. என் தலை யாரையும் வணங்கியதில்லை. என் கிரீடங்களைப்போல உன்னை வைத்துக்காப்பாற்றுவேன். என் தேவமகளிர் உனக்குக் குற்றேவல் புரிவர். என் அரசாட்சிக்கு உட்பட்ட பதினாலு உலகங்களையும் நீயே அரசியாக இருந்து ஆட்சி செய்' என்கிறான்.

குலைவுறல், அன்னம்! முன்னம், யாரையும் கும்பிடா என்
தலைமிசை மகுடம் என்ன, தனித்தனி இனிது தாங்கி,
அலகுஇல் பூண்அரம்பை மாதர் அடிமுறை ஏவல் செய்ய,
உலகம் ஈர்ஏழும் ஆளும் செல்வத்துள் உறைதி' என்றான்.

ஆரண்ய காண்டம் - ராவணன் சூழ்ச்சிப்படலம் - 3384

இது என்ன? இதுவும் உணர்ச்சி மேலீட்டால் நடந்ததுதான். இது காதல் உணர்வு.

சீதை தொடர்ந்து கோபம் காட்டுகிறாள். இங்கிருந்து ஓடிவிடு என்று விரட்டுகிறாள்.

சற்று முன், 'உன்னைப் பிசைந்து தின்றுவிடுவேன்' என்று சொல்லிய ராவணன் அடுத்து என்ன சொன்னான், என்ன செய்தான் தெரியுமா?

'திருமகளுக்கும் மேம்பட்ட அழகை உடையவளே, என் காம நோயைத் தீர்த்து, என் உயிரைக் காப்பாற்று. அதற்குப் பதிலாக தேவமகளிர்க்கெல்லாம் கிடைக்காத பெரிய பதவியைத் தருகிறேன். ஏற்றுக்கொள்' என்று சொல்லி சீதையின் காலில் விழுந்து வணங்கினான். Blow hot, blow cold என்ற உணர்வு மயக்கத்தில் மாறி மாறிப் பேசுதல்.

> அணங்கினுக்கு அணங்கனாளே! ஆசை நோய் அகத்துப் பொங்க
> உணங்கிய உடம்பினேனுக்கு உயிரினை உதவி, உம்பர்க்
> கணம் குழை மகளிர்க்கு எல்லாம் பெரும் பதம் கைகொள் என்னா,
> வணங்கினன் உலகம் தாங்கும் மலையினும் வலிய தோளான்.
>
> *ஆரண்ய காண்டம் - ராவணன் சூழ்ச்சிப்படலம் - 3388*

அனுமனின் அரற்றல்

கம்பராமாயணத்தில் மிக அற்புதமான பண்புகளை உடையவனாக கம்பன் காட்டியிருப்பது அனுமனை என்றால் அது மிகை ஆகாது. தன்னடக்கம், விசுவாசம் போன்ற நற்பண்புகள் தவிர, அதிக உணர்வு மேலாண்மை செய்யக்கூடியவனாகவும் (High on Emotional Intelligence) கம்பன் காட்டியிருப்பது அனுமனைத்தான்.

அப்படிப்பட்ட அனுமனேகூட உணர்ச்சி வலையில் விழும் இடம் ஒன்று உண்டு. அறிவு செயல்படாத அளவு அவனது உணர்ச்சிப் பீறிடும் இடம் அது.

போர் உக்கிரமாக நடந்துகொண்டிருக்கிறது. இந்திரஜித்து தோற்கிறான். அவனுக்கு ஒரு யோசனை வருகிறது. நிஜ சீதை போன்ற பொம்மை ஒன்றைச் செய்து அதைப் போர்க்களத்தில் வைத்து வெட்டினால் ராம லக்குவர்கள் அதை நம்பிவிடுவார்கள். மேலும் நாம் அயோத்தி சென்று அங்கே பரதனையும்

சத்ருகனையும் கொல்லப்போவதாக அவர்களுக்குப் போக்குக் காட்டிவிட்டு, மேலும் வலிமை தரக்கூடிய நிகும்பலை யாகம் செய்யலாம் என்று திட்டமிட்டு, மாயா சீதையை வெட்டுகிறான்.

இதைப் பார்த்த அனுமன் மூர்ச்சித்தே விழுந்துவிடுகிறான். எழுந்தவன்,

'அன்னமே!' என்னும் 'பெண்ணின் அருங்குலக்கலமே!' என்னும்;
'என் அமே!' என்னும்; 'தெய்வம் இல்லையோ யாதும்? என்னும்;
'சின்னமே செய்யக் கண்டும், தீவினை நெஞ்சம் ஆவி
பின்னமே ஆயது இல்லை என்னும்; பேராற்றல் பேர்ந்தான்.

யுத்த காண்டம் - மாயா சீதைப் படலம் - 9017

தன்னுடைய வலிமையில் பெரிய அளவு வற்றி நீங்கிப் போய்விட்டதைப் போல உணர்கின்ற அனுமன், சீதை வெட்டுப் பட்டது உண்மை என்று எண்ணி, இதைத் தடுக்க தெய்வம் இல்லையா, இதைப் பார்த்த பிறகும் என் உயிர் இருகூறாகப் பிளவுபடாமல் போயிற்றே என்று அரற்றுகிறான்.

முன்பு பல கட்டங்களில் நிதானமாக ரேஷனலாக யோசிக்கத் தெரிந்த அறிவு மிகுந்த அனுமன் 'எமோஷனல் ஹைஜேக்' செய்யப்படுகிறான். கடும் ஏமாற்றம் அடைகிறான். (Terribly upset)

ஏமாற்றம் பெரும் உணர்வு. அது அவன் அறிவுக் கண்ணை மறைக்கிறது. சீதாதேவிமீது அனுமன் அவ்வளவு அன்பும் மரியாதையும் வைத்திருந்ததுதான் இதற்குக் காரணம்.

ராம லக்குவர்களும் துயரம் அடைகிறார்கள். வீழ்கிறார்கள்.

பொதுவாக துயர் அடைபவர்கள் அழுவார்கள், அரற்றுவார்கள். தங்களைத் தாங்களே துன்புறுத்திக்கொள்ளவும் முனைவார்கள். சீதா தேவி வெட்டப்பட்டுவிட்டார் என்ற செய்தி கிடைக்கிறது. செய்தி அறிந்த ராமன் உள்ளம் எப்படி இருக்கும்?

பல இக்கட்டான நேரங்களிலும் நிதானமாக யோசிக்க முடிந்த ராமனால், சீதை வெட்டப்பட்டுவிட்டாள் என்ற செய்தி கேட்டதும் நிதானமாக இருக்க முடியவில்லை. இது உண்மையாக இருக்க முடியுமா? சீதாப்பிராட்டியை எவரும் கொல்ல முடியுமா? அல்லது இது மாயமா என்றெல்லாம் அறிவுப்பூர்வமாக யோசிக்க முடியவில்லை.

ஏன்?

மிகப்பிரியமானவர் கொல்லப்பட்டார் என்கிற செய்தியின் தாக்கம் அப்படிப்பட்டது. உணர்ச்சிப் பீறிடல் நடக்கவே செய்யும். அது ராமனாகவே இருந்தாலும் விதி விலக்கில்லை!

பல உணர்ச்சிப் பீறிடல்களை ஏற்கெனவே பார்த்துவிட்டோம். அதைவிடக் கம்பன் இந்த இடத்தில் அப்படி என்ன சொல்லி விட்டான்?

> துடித்திலன்; உயிர்ப்பும் இல்லன்; இமைத்திலன்; துள்ளிக் கண்ணீர்
> பொடித்திலன்; யாதும் ஒன்றும் புகன்றிலன்; பொருமி, உள்ளம்
> வெடித்திலன்; விம்மிப்பாரின் வீழ்ந்திலன்; வியர்த்தான் அல்லன்;
> அடுத்துள துன்பம் யாவும் அறிந்திலர், அமரரேயும்.

யுத்த காண்டம் - மாயா சீதைப் படலம் - 8895

கம்பன் உணர்வுகள் பற்றி அவற்றின் பல்வேறு வெளிப்பாடுகள் பற்றி இந்த ஒரு பாடலில் எப்படியெல்லாம் எழுதியிருக்கிறான் என்கிற வியப்பு சுலபத்தில் அடங்கக்கூடியது அல்ல.

உரையாசிரியர்களுக்கு இங்கே வேலையே வைக்கவில்லை கம்பன். இதன் பொருள் எவரும் சொல்ல வேண்டிய அளவு அவன் எழுதவில்லை. எளிமையாக, எவருக்கும் எடுத்த எடுப்பில் புரியும்படியான சொற்களைத்தான் எடுத்தாண்டிருக்கிறான்.

ராமன் துடிக்கவில்லை; பெருமூச்சு விடவில்லை; அவன் கண்கள் இமைக்கவில்லை; அதிலிருந்து கண்ணீரும் விடவில்லை; பேசவேயில்லை; (அய்யஹோ என்பது போல) வெடிக்க வில்லை; விம்மித் தரையில் விழவில்லை; இவ்வளவு ஏன் அவனுக்கு வியர்க்கக்கூட இல்லை என்கிறான் கம்பன்.

அப்படியென்றால் அந்தச் செய்தியும் அதனால் உண்டான உணர்ச்சிப் பீறிடலும் ராமனிடம் என்னவிதமான தாக்கத்தை ஏற்படுத்தியது?

ராமன் அப்படியே உறைந்து போனான் என்றுதான் எடுத்துக் கொள்ள வேண்டும். சிலர் இப்படித்தானே! ராமன் அப்படித்தான் உணர்வினால் கடத்தப்பட்டான் என்கிறான் கம்பன்.

இதைப் பார்த்த தேவர்கள் இதனால் பின்பு என்ன துன்பங்கள் வரக்கூடும் என்று ஊகிக்க முடியாதவர்களாக திகைத்து நின்றார்களாம்.

பின்னர் ராமன் மூர்ச்சையாகின்றான் லக்குவனும் மூர்ச்சையடைகிறான். எழுந்த பின்னர் ராமனிடம் லக்குவன் சொல்கிறான்,

‘மன்றல் அம் கோதையாளைத் தம் எதிர் கொணர்ந்து, வாளின்
கொன்றவர் தம்மைக் கொல்லும் கோல்இலர், நாணம் கூரப்
பொன்றினர்’ என்பர், ஆவி போக்கினால்; பொதுமை பார்க்கின்
அன்று இது கருமம்; என் நீ அயர்கின்றது அறிவிலார் போல்?’

யுத்த காண்டம் - மாயா சீதைப் படலம் - 8908

இப்போது இந்தத் துன்பம் தாங்காமல் நம் உயிரைப் போக்கிக் கொண்டோம் என்றால், பகைவர்களும் உலகத்தாரும் நாம் எதிரிகளைத் திருப்பிக் கொல்லும் வலிமையற்றவர்களாகப் போனதின் காரணமாக வெட்கம் மிகுந்து இறந்து பட்டவர்களாகத் தெரிவோம். பழிக்கப்படுவோம். நீ (ராமா) எதற்காக வருத்தப்பட்டுக்கொண்டு வாளாவிருக்கிறாய்?

உண்மையில் சீதை இறந்துவிட்டாள் என்று எண்ணிக்கொண்டு அவர்கள் அப்படிப் பேசுமளவுக்கு உணர்வு வேலை செய்திருக்கிறது.

உணர்வைத் தூண்டுதல்

Emotional provocation

தன்னைச் சுற்றி நடக்கிற நிகழ்வுகளால் ஒருவர் உணர்வு தூண்டுதல் பெறலாம். அதைத்தான் முன்பு சீதையிடம் பார்த்தோம். ராமனின் அபயக் குரல் கேட்டு சீதை தன் வயம் இழந்தாள். லக்குவனைப் பேசினாள், விரட்டினாள், அனுப்பினாள்.

உணர்வுப் பீறிடலின்போது இப்படியெல்லாம் நிகழ்கிறது என்பதைத் தாண்டி, தேவைப்பட்டால் சிலரை தாங்கள் நினைப்பதைச் செய்ய வைப்பதற்கும் இந்த உணர்வுப் பீறிடலை அடுத்தவரிடம் உண்டாக்கி அதன் மூலம் பயன்படுத்த முடியும். ஒருவர், அவரே முனைந்து மற்றொருவரிடம் வேண்டும் என்றே உணர்வுப் பீறிடல் நடக்குமாறு திட்டமிட்டு நடந்துகொள்வதும் உண்டு.

சீண்டினால் சிலர் தன் நிலை மறப்பர். அப்படிக் கொப்பளிக்கும் கோபம் அல்லது வேறு உணர்வுகள் பொங்குமாறு வேண்டும்

என்றே திட்டமிட்டு நடந்துகொள்ளுவதுதான் உணர்வைத் தூண்டுதல் - Emotional provocation.

அப்படித்தான் இருக்கவேண்டும் என்று நினைக்க வைக்கக்கூடிய நிகழ்வு ஒன்று ராமாயணத்தின் இறுதிப் பகுதியில் வருகிறது.

ராவணனைக் கொன்றதும் போர் முடிவுக்கு வந்துவிட்டது. சீதை வந்து நிற்கிறாள். ராமன் பேசியது என்ன தெரியுமா?

சுணங்கு உறுதுணை முலை முன்றில் தூங்கிய
அணங்கு உறு நெடுங்கணீர் ஆறு வார்விற,
வணங்கு இயல் மயிலினை, கற்பின் வாழ்வினை,
பணம் கிளர் அரவு என எழுந்து, பார்புறா.

யுத்த காண்டம் - மீட்சிப்படலம் - 10012

ஆனந்தக் கண்ணீருடன் நிற்கும் சீதையைப் பார்த்து, 'ராவணன் அளித்த அறுசுவை உணவை விருப்பத்துடன் உண்டு அங்கே பத்து மாதங்கள் இருந்திருக்கிறாய். கற்பு நெறியாகிய ஒழுக்கங்கள் பாழ்பட்டு வந்திருக்கிறாய்' என்பதாகப் போகிறது ராமனின் பேச்சு. மேலும், 'இவையெல்லாம் செய்துவிட்டு கொஞ்சமும் பயம் இல்லாமல் என் முன் நிற்கிறாய்!' என்கிறான்.

சீதையை மீட்ட பின், சீதையைப் பார்த்துச் சீறுகின்ற பாம்பைப் போல ராமன் பேசுகிறான் என்கிறான் கம்பன்.

'நீ எப்படி இன்னமும் உயிருடன் இருக்கிறாய்?!' என்று மோசமான வார்த்தைகளால் பேசுகிறான்.

தொடர்ந்து,

ஊண்திறம் உவந்தனை; ஒழுக்கம் பாழ்பட,
மாண்டிலை; முறை திறம்பு அரக்கன் மாநகர்
ஆண்டு உறைந்து அடங்கினை; அச்சம் தீர்ந்து இவண்
மீண்டது என் நினைவு? 'எனை விரும்பும்' என்பதோ?'

யுத்த காண்டம் - மீட்சிப்படலம் - 10013

கடலலைத் தாண்டி வந்து, போரிட்டு ராவணனைக் கொன்றதெல்லாம் உன்னை மீட்பதற்காக அல்ல என்கிறான். அரக்கனை வென்று மனைவியை மீட்காதவன் என்ற பழிச்சொல் என்மீது வராமல் இருக்கவே போரிட்டேன் என்று விளக்கம் வேறு சொல்கிறான் ராமன்!!

மேலும்,

'உன்னை மீட்பான் பொருட்டு, உவரி தூர்த்து, ஒளிர்
மின்னை மீடுறு படை அரக்கர் வேர்அற,
பின்னை மீட்டு, உறுபகை, கடந்திலேன்; பிழை
என்னை மீட்பான் பொருட்டு, இலங்கை எய்தினேன்'

யுத்த காண்டம் - மீட்சிப்படலம் - 10014

இப்படியே பல பாடல்கள். (10102 வரை). இறுதியாக 'எங்காவது சென்று இறந்து ஒழிவாயாக அல்லது எங்காவது சென்று தொலை; என் முன்னால் நிற்காதே' என்கிறான்.

ராமனா இப்படிப் பேசுவது! ராமன் இப்படிப் பேசலாமா? பேசினால் அவன் ராமனா?! என்றெல்லாம் தோன்றக்கூடிய இடம் இது. காவியம் முழுவதும் ராமனை உயர்த்திச் சொல்லும் நிகழ்வுகளும், உரையாடல்களுமாக நிறைத்த கம்பன், இந்த இடத்தில் ஏன் இப்படி எழுதுகிறான் என்ற கேள்வியும் எழவே செய்யும்.

இதற்குமுன் சீதையைப் பிரிந்த ராமன் எப்படியெல்லாம் உருகி யிருக்கிறான் என்று கம்பனே விளக்கமாகச் சொல்லியிருக்கிறான். தவிர, சீதையை நேரில் பார்த்த அனுமன் ராமனிடம் சொல்லியவையும் ஏராளம். விபீடணன் வாயிலாகவும் சீதையின் நிலை தெரியவந்திருக்கிறது. ஆனாலும் ராமன் இப்படிப் பேச என்ன முகாந்திரம் இருக்க முடியும்?

ஒரே ஒரு காரணம்தான். சீதையின் கற்பு நெறியை தான் அறிந்திருந்தாலும் உலகத்தாரும் தெரிந்துகொள்ளவேண்டும் என்று ராமன் நினைத்திருக்கலாம். நீதி நிலைநாட்டப் படவேண்டும் என்பது எவ்வளவு முக்கியமோ அந்த அளவுக்கு சரியான விதத்தில் நீதி வழங்கப்பட்டது என்பதை பலருக்கும் தெரியும்படியாகச் செய்யவேண்டும். Justice must not only be done, but must be seen to be done என்று ஆங்கிலேயே நீதிபதி லார்ட் ஹீவார்ட் (1924) கூறியதை, அதற்கும் ஆயிரம் ஆண்டுகளுக்கு முன்பே கம்பன் காட்ட நினைத்திருப்பான்போல.

ராமன் விரும்புவதையெல்லாம் சீதை செய்வாளா? அப்படியே உலகத்தாருக்காக உன் கற்பை நிரூபி என்று சீதையை ராமன் நேரடியாகக் கேட்டாலும் அது சரியாக இருக்குமா? அருகில் இருக்கும் ஏனையோர் அப்படி விட்டுவிடுவார்களா? அதனால்தான் ராமன் இப்படிப் பேசுகிறான். இப்படி அவன்

பேசுவது, சீதையின் கோபத்தை ரோஷத்தைத் தூண்டுவதற்காக. அதன்மூலம் ராமன் தான் நினைப்பதை சீதையைச் செய்ய வைக்கவிருக்கிறான். இதுதான் ஒருவரை எமோஷனலாக புரவோக் செய்வது என்பது.

ராமன் 'நினைத்தது' சரியாக நடக்கிறது. சீதை தன் கற்பு நெறியை கேட்பவர் உருகும் வண்ணம் எடுத்துக்கூறிவிட்டு, 'என்ன சொன்னாலும் எவருக்கும் புரியாது என்பதால் இனி நான் இருந்து பலனில்லை. லக்குவனா, மூட்டு தீயை. நான் அதில் விழுந்து மாய்கிறேன்' என்கிறார். என்ன செய்வது என்று புரியாமல் லக்குவன் ராமனைப் பார்க்க, அதற்கு ராமன் கண்ணாலேயே இசைவு தருகிறான். லக்குவன் கண்ணீர் பெருக அண்ணனின் கட்டளைக்கு ஏற்ப தீக் கூடம் அமைக்கிறான்.

ராமனை வணங்கிவிட்டு, 'அக்னி தேவனே நான் குற்றம் உடையவள் என்றால், என்னைப் பொசுக்கிவிடு' என்று தீயினுள் இறங்குகிறாள் சீதை. அவள் அப்படி இறங்கியதும் அவளது கற்பு நெறியின் வெப்பம் தாங்காமல் அந்தத் தீ உடனே அணைந்து விடுகிறது. சீதையின் கற்பு நெறியின் வெட்கை தாங்காமல் அக்னி தேவனே சீதையை தூக்கிக்கொண்டு மேலெழுந்து வருகிறான்.

அப்போதும் ராமன் விடவில்லை. நீதி நிலைநாட்டப் பட்டிருக்கிறது என்பதை உலகிற்கு மேலும் உறுதியாகக் காட்ட விரும்பி, அக்னி தேவனையே யாரென்று தெரியாததுபோல, 'நீ யார், என்ன கூறுகிறாய்? நெருப்பில் இருந்து தோன்றினாயே, அது எப்படி, சீதையை ஏன் காப்பாற்றினாய்?' என்றெல்லாம் சரமாரியாகக் கேள்விகள் கேட்கிறான்.

அத்தனை பேர் முன்னிலையில், He is trying to establish என்று சொல்வேன்.

ராமன் அப்படிக் கேட்டால், அதற்கு அக்னி தேவன் சொல்லும் பதில் எல்லோருக்கும் புரியும் வண்ணமும், அனைவரும் ஏற்றுக்கொள்ளும் விதமாகவும் இருக்கும் என்பதால் இப்படிச் செய்தான் என்றே எண்ண வைக்கிறது.

இதன்பிறகு நடப்பதும் ராமன் அதனால்தான் செய்திருப்பானோ என்றே நினைக்கத் தூண்டுகிறது. சீதையின் கற்பு நெறியை அக்னிதேவன் பலவாறாகப் புகழ்ந்து கூறுகிறான். தானே இவற்றைச் சோதிக்கவல்லவன் – Competent person - என்பதையும் சொல்கிறான். எல்லோரும் கேட்டுக் கொண்டிருக்கிறார்கள்.

அதன் பின்னர் ராமன்,

'அழிப்பு இல சான்று நீ, உலகுக்கு; ஆதலால்,
இழிப்பு இல சொல்லி, நீ இவளை, 'யாதும் ஓர்
பழிப்பு இவள்' என்றனை; பழியும் இன்று; இனிக்
கழிப்பிலள்' என்றனன்; கருணை உள்ளத்தான்.

யுத்த காண்டம் - மீட்சிப் படலம் - 10048

நெருப்புத் தேவனே! இவ்வுலகத்தார்க்கு எல்லாம் நீ நெறிபிறழாத சாட்சி ஆவாய். நீயே சொல்லிவிட்டாய். எனவே இவள் குற்றமற்றவள்தான். அதனால் இவள் நான் ஏற்றுக்கொள்ளத் தக்கவளே என்கிறார். இங்கேதான் ராமன் ஏன் அப்படிச் செய்தான் என்பதற்குக் காரணம் கிடைக்கிறது.

ராமன் அவனே சோதித்து முடிவு எதுவும் சொல்லவில்லை. அதை வேறு ஒரு பொது ஆள் செய்வதுபோல நிகழ வைக்கிறார். நாம் இன்றைக்குச் சொல்லும் சுதந்திரமான, நிகழ்வுக்கு தொடர்பில்லாத வேற்று மனிதர் ஒருவரைக் கொண்டு ஆராய்வது - Independent enquiry அங்கு நடந்தேறுகிறது.

அப்படிப்பட்ட ஒருவர் தரும் சான்றிதழ் என்பது Third party certification. இவற்றைச் செய்வது வெளிப்படையாக பலர் முன்னிலையில். Transparency.

அந்தக் காலகட்டத்தில் நிலவிய மதிப்பீடுகளை ஒட்டி, ராமன் இப்படி நடந்துகொண்டதாக கம்பன் எழுதியிருக்கிறான் என்றுதான் கொள்ளவேண்டும்.

——— சுய நெறிமை ———

Self - Regulation

தன் உணர்வுகளுக்கு இடம் கொடுக்காமல் தன்னை நெறிப்படுத்திக்கொள்வது சுய நெறிமை.

பல இடங்களில் அனுமன் உணர்வு ரீதியாகவே யோசித்துவீட்டு ஆனால் அதில் மாட்டிக்கொள்ளாமல், சரி செய்துகொண்டு அறிவின் வழி நின்று பேசுகிறான் நடந்துகொள்கிறான். சீதையைத் தேடி இலங்கையில் அலைகிறான். அரண்மனையில் படுக்கையில் உறங்கிக்கொண்டிருக்கும் ராவணனை முதன்முதலாக அப்போதுதான் பார்க்கிறான்.

சீதா தேவியைத் தூக்கி வந்து ஒளித்து வைத்திருக்கும் ராவணன் மீது அனுமனுக்குக் கடுமையான கோபம் வருகிறது. ராவணனை அங்கேயே தானே அடித்து, மிதித்துக் கொல்ல வேண்டுமென்ற கொதிப்பு வருகிறது. கொன்றே தீருவேன் என்று சபதம் மேற்கொள்கிறான்.

ஆனால் அதன் பின்பு?

என்று, ஊக்கி, எயிறுகடித்து,
இருகரமும் பிசைந்து, எழுந்து
நின்று, ஊக்கி உணர்ந்து உரைப்பான்,
'நேமியோன் பணிஅன்றால்;
ஒன்றுஊக்கி, ஒன்றுஇழைத்தல்,
உணர்வுடையோர்க்கு உரித்து அன்றால்;
பின்தூக்கின், இதுசாலப்பிழை
பயக்கும் எனப் பெயர்ந்தான்

சுந்தர காண்டம் - ஊர்தேடு படலம் - 5162

'எனக்கு ராமபிரான் இட்ட கட்டளை, சீதா தேவியைக் கண்டு வரவேண்டும் என்பது மட்டும்தான். ஒரு காரியத்தை எண்ணி வந்த பின்னர், அதற்கு மாறான மற்றொரு காரியத்தைச் செய்வதென்பது அறிவுடையோர்க்கு உரியதல்ல. மேலும் சற்று நிதானித்து யோசித்துப் பார்த்தால் இந்தச் செய்கை மிகுந்த குற்றம் உடையதாகவும், எல்லோருக்கும் துன்பம் தருவதாகவும் அமைந்துவிடும். எனவே இதனின்றும் நீங்குவதே நன்று என்று ஒதுங்கிப் பின் வாங்கினான்' என்கிறான் கம்பன்.

'இற்றைப் போர் பெருஞ்சீற்றம் என்னொடும் முடிந்திடுக...'

பின் இந்தப் பாடலில், அனுமன் பொங்கி வந்த தன் கோப உணர்வைக் குறைத்து, அறிவை நிமிர்த்தி – இது அனைவருக்கும் பிழையாய் முடியுமென – தன்னை நெறிப்படுத்திக் கொள்வது குறிப்பிடப்பட்டிருக்கிறது.

'இற்றைப் போர்பெருஞ்சீற்றம் என்னோடும் முடிந்திடுக;
''கற்றைப்பூங் குழலாளைச் சிறை வைத்த கண்டகனை
முற்றப்போர் முடித்தது, ஒருகுரங்கு'' என்றால், முனைவீரன்,
கொற்றப்போர்ச்சிலைத் தொழிற்குக் குறைஉண்டாம்'
எனக்குறைந்தான்

சுந்தர காண்டம் - ஊர்தேடு படலம் - 5057

'இப்பொழுது ராவணனுடன் நான் போர் செய்து, அவனை அழிக்கவேண்டும் என்று கருதுகிற என்னுடைய பெருங்கோபம், பிறர் அறியாதவாறு என்னுடனேயே அடங்கிப்போகட்டும். சீதா தேவியைச் சிறைப்பிடித்து வைத்திருந்த ராவணனை ஒரு குரங்கு போர் செய்து முற்றிலுமாக அழித்துவிட்டது என்று எல்லோரும் கூறினால், அது அரக்கர்களை அழிப்பதற்கு என்றே புறப்பட்டிருக்கும் ராமபிரானுக்கு இழுக்கு ஏற்படுத்திவிடும் என்று நினைக்கிறான்.

உலகையே அழிக்கும் பலமிருந்தாலும், கரை கடவாத கடலைப் போல அடங்கியிருந்தானாம் அனுமன்.

அசோகவனத்தில் அனுமன்

அசோகவனத்தில் சீதா தேவி சிறை வைக்கப்பட்டிருப்பதைப் பார்த்துவிடுகிறான் அனுமன். அங்கே சீதா தேவி படும் பாட்டைக் கண்டதும் அவன் மனம் எண்ணுகிறது... 'சீதா தேவி இவ்வளவு துன்பப்படுகிறார்களே. என் தலைவன் ராமபிரானின் உயிர் போன்ற இவர்களை இந்த இலங்கை நகரிலிருந்து நீக்கி ராமபிரானிடம் கொண்டு சேர்ப்பதே நான் செய்யக்கூடிய சரியான செயல்' என்று தோன்றுகிறது.

'உண்டுதுணை என்னல், எளிதோஉலகில்? அம்மா!
புண்டரிகை போலும் இவள் இன்னல் புரிகின்றாள்;
அண்டமுதல் நாயகனது ஆவி அனையாளைக்
கொண்டு அகல்வதே கருமம்!' என்று உணர்வு கொண்டான்.

சுந்தர காண்டம் - சூடாமணிப் படலம் - 5453

அனுமன் அசோகவனத்தில் இருந்து சீதையைத் தானே தோளில் ஏற்றித் தூக்கி வந்துவிட எண்ணுகிறான். சீதா தேவியிடம் அந்த வேண்டுகோளை வைக்கவும் செய்கிறான். அவள் மறுக்கிறாள்.

போகும்போது சண்டை மூண்டால் என்ன ஆகும்? தவிர, இப்படிச் செய்தால் அது ராமனின் வில்லுக்குக் களங்கம் உண்டாக்கிவிடும் என்பதுபோல பலவேறு காரணங்களை தேவி விளக்க, அனுமன் புரிந்துகொண்டு மனம் மகிழ்ந்து நன்று நன்று என்று போற்றுகின்றான்.

இங்கும் முதலில் வேகமும் அதன்பின் நிதானமும் வருகிறது.

ஒரு காரியத்தைச் சாதிக்க உணர்வு வேண்டும்தான். அதே சமயத்தில் அதைச் சரியாக செய்து முடிக்க அறிவும் வேண்டும்.

தன்னைச் சரிப்படுத்திக்கொள்ளல்

'ஹே சீதா! ஹே லக்குவனா!' என்ற அபயக் குரல் கேட்டதும் லக்குவனைக் கண்டவாறு பேசி அனுப்பியாகிவிட்டது. யாரோ ஒரு துறவி வருகிறார். அவ்வளவு பதற்றத்துடன் இருந்த சீதா தேவி அந்த நேரத்தில் வந்த துறவியை எப்படி எதிர்கொண்டார்? கம்பன் சொல்கிறான்.

> ஏத்தினள்; எய்தலும், 'இருத்திர் ஈண்டு' என,
> வேத்திரத்து ஆசனம் விதியின் நல்கினாள்;
> மாத் திரிதண்டு அயல் வைத்த வஞ்சனும்,
> பூத்தொடர் சாலையின் இருந்த போழ்தினே.

ஆரண்ய காண்டம் - ராவணன் சூழ்ச்சிப்படலம் - 3450

வணங்கினாள். இங்கே அமர்க என்று மூங்கில் பிரம்பிலான ஆசனம் ஒன்றை அவருக்குக் கொடுத்தாள்.

அதே சீதா, துறவிக்கோலத்துடன் வந்த ராவணனை, தான் சோகத்தில் இருந்தாலும், மரியாதையுடனும் அன்புடனும் வரவேற்று, அமரச் சொல்கிறாள் - அந்த நிலையிலும் நிதானமாக. தன்னை நெறிப்படுத்திக்கொள்கிறார். செல்ப் ரெகுலேஷன்.

——— பிரதிபலித்தல் ———

Reflection

அடுத்தவர் உணர்வுகளைச் சரியாகப் புரிந்துகொள்ளுதல் 'எம்பதி' என்றால், புரிந்துகொண்டதைக் காட்டுவது ரிப்ளெக்ஷன் எனும் பிரதிபலித்தல்.

வாலியைக் கொன்று, சுக்கிரீவனுக்கு அவனது ராஜ்ஜியத்தை மீட்டுக்கொடுத்தாயிற்று. ஆனால் சீதையைத் தேடும் வேலையில் முன்னேற்றம் இல்லை. அதைப்பற்றி சுக்கிரீவனிடம் பேசுவதற்காக லக்குவன் கோபமாக வருகிறான்.

அப்படிக் கோபமாக வரும் லக்குவனிடம், அனுமன்தான் முதலில் பேசுகிறான்.

சொல்லின் செல்வன் அல்லவா! எப்படிப் பேசுகிறான்?

> 'மறந்திலன், கவியின் வேந்தன்; வயப் படை வருவிப்பாரைத்
> திறம் திறம் ஏவி, அன்னார் சேர்வது பார்த்துத் தாழ்த்தான்;

அறம் துணை நுமக்கு உற்றான் தன் வாய்மையை அழிக்கும் ஆயின்,
பிறந்திலன் அன்றோ? ஒன்றோ?நரகமும் பிழைப்பது அன்றால்.'

கிட்கிந்தா காண்டம் - கிட்கிந்தைப் படலம் - 4333

'சுக்கிரீவன் உங்களுக்குக் கொடுத்த வாக்குறுதியை மறக்கவில்லை. தூதர்களை எல்லாத் திக்குகளுக்கும் அனுப்பியிருக்கிறான். அவர்கள் வரும்காலத்தை எதிர்நோக்கிக் காத்திருக்கிறான். அதனால்தான் உங்களிடம் வருவதற்குக் காலம் தாழ்கிறது. உங்களுக்குக் கொடுத்த உறுதிமொழி காப்பாற்றப்படாமல் போகுமானால் அவன் இவ்வுலகில் பிறந்தவனாகவே கருதப்பட மாட்டான். அவன் மறுபிறவியில் நரகம் சேர்வதில் இருந்தும் தப்ப முடியாது' என்கிறான்.

தொடக்கத்திலேயே லக்குவன் பக்கத்து நியாயத்தை, அதாவது ராமனிடம் இருந்து உதவி பெற்ற சுக்கிரீவன் நன்றி மறக்கக் கூடாது என்பதைச் சொல்லித்தான் பேச்சை ஆரம்பிக்கிறான். இது அற்புதமான 'ரிப்ளெக்ஷன்' மற்றும் 'மிர்ரரிங்' Mirroring. லக்குவனின் உள்ளத்தில் இருப்பதை அப்படியே பிரதிபலித்தல்.

தவிர, அப்படி நன்றி மறந்து கொடுத்த வாக்கை சுக்கிரீவன் காப்பாற்றாவிட்டால்... பிறந்ததற்கே பொருள் இல்லை. மேலும் அவனுக்கு நரகம்தான் என்கிறான்.

இப்படி சுக்கிரீவனின் மதி மந்திரி அனுமனே பேசினால், லக்குவனின் கோபம் குறையுமா குறையாதா? அப்படிப் பேசுவதுதான், அடுத்தவரின் உணர்வைப் புரிந்துகொண்டு பேசுவது, நடந்துகொள்வது...

அனுமனின் இந்தச் சாதுர்யத்தால் லக்குவனின் சீற்றம் தணிந்தது.

அனுமன் செய்யும் மற்றொரு பிரதிபலித்தல்

மற்றவர் உணர்வினைப் புரிந்து நடப்பவரே உணர்வு ரீதியாகப் புத்திசாலியாவார். அந்தவிதத்தில் அனுமன் மகா அறிவாளி. சீதையைப் பார்த்துவிட்டு வந்தாயிற்று. வெகுநாட்களாகச் சீதையைக் காணாமலும் இருக்குமிடம் தெரியாமலும் சோகத்தில் இருந்த ராமனிடம் அந்த நல்ல செய்தியைச் சொல்லியாயிற்று.

ஆனால் அது என்ன ஒரு சொல்லில் ஒற்றை வரியில் சொல்லி முடித்து விடக்கூடிய ஒன்றா? அதோடு நிறுத்திவிடலாமா?

உணர்வுகளைப் புரிந்துகொண்டவர்கள் அப்படி விட மாட்டார்கள். கேட்பவர் மனநிலை புரிந்துப் பேசுவார்கள்.

அனுமன் மூலமாக கம்பன் இருபது பாடல்களில் சீதையின் பெருமையைப் பேசுகிறான். ராமன் மனது அந்த நேரம் கேட்க விரும்பியது அதைத்தான். அந்த விவரங்களைத்தான்.

பொன் அலது இல்லை பொன்னை ஒப்பு என, பொறையில் நின்றாள்
தனலது இல்லைத் தனது ஒப்பு என; தனக்கு வந்த
நின் அலது இல்லை நின்னை ஒப்பு என, நினக்கு நேர்ந்தாள்;
என் அலது இல்லை என்னை ஒப்பு என, எனக்கும் ஈந்தாள்

சுந்தரகாண்டம் - திருவடி தொழுதபடலம் - 6033

பொன்னுக்கு ஒப்பாகச் சொல்லுவதென்றால் பொன்னைத்தான் சொல்ல முடியும். அதேபோல தனக்கு ஒப்பு கூறவேண்டுமென்றால் தன்னைத்தான் கூறமுடியும் என்பதுபோல சீதா தேவிக்கு ஒப்பாரும் மிக்காரும் இல்லை; உனக்கு ஒப்பும் நீதான். அவர்கள் கற்பொழுக்கத்தால் உனக்குப் பெரும் புகழைத் தந்திருக்கிறாள். மனிதப் பிறவி அல்லாத விலங்கினமான எனக்கும் ஒப்புக்கூற வேண்டும் என்றால் மற்றொருவரைக் கூற முடியாது என்று கருதி எனக்கும் பேரருள் அருளினார்கள் என்கிறான் அனுமன்.

இப்படிப்பட்ட வார்த்தைகள் ராமன் மனதுக்கு எவ்வளவு இசைவாக இருந்திருக்கும், மருந்தாக அமைந்திருக்கும்.

இப்படியாக சீதையின் பெருமைகளை ராமனுக்கு அனுமன் சொல்லுதல் 6115 முதல் 20 பாடல்களில் வருகிறது. ராமனுக்குத் தெரியாதா? ஆனாலும் சொல்லவேண்டும். ராமன் அப்போது இருக்கும் மனநிலைக்கு அது தேவைப்படுகிறது.

இதை, Reflection, Empathy, என்று எப்படி வேண்டுமானாலும் சொல்லலாம். மொத்தத்தில் அடுத்தவரின் உணர்வுத் தேவைகளை நிறைவு செய்தல். Meeting the emotional needs. அது முடிந்தால்தான், அந்தத் தாகம் தீர்ந்தால்தான் அடுத்ததைப்பற்றி யோசிக்க முடியும்.

இந்த 20 பாடல்களில் அனுமன் போன விவரங்களை, தற்பெருமைகளை மற்ற எந்த விவரத்தையும் கூறவில்லை. விவரங்கள் எல்லாம் அதுசமயம் தேவையில்லை. உணர்வு பொங்குகிற நிலை.

அதனால் இப்படி... அற்புதம்.

நினைத்தவுடன் எல்லாவற்றையும் செய்துவிடக்கூடாது. தோன்றியதை எல்லாம் பேசிவிடக்கூடாது. சிலரால் இப்படிக் கட்டுப்பாடாக இருக்க இயலாது. கட்டுப்பாடு என்பது பேச்சு, செயல், உணவுப்பழக்கங்கள் என்று பலவற்றிலும் தேவை. அப்படி இருந்தால் அவர்கள் 'இம்பல்ஸ் கண்ட்ரோல்' உள்ளவர்கள்.

'எமோஷனல் இண்டலிஜென்ஸ்' அதிகம் இருப்பவர்கள் இந்த உடனடி மனப்பான்மையைத் தவிர்க்க வல்லவர்கள். அனுமன் அப்படிப்பட்டவன் என்பதை ஜாம்பவான், அனுமனிடமே சொல்கிறார்.

'அடங்கவும் வல்லீர் காலம் அது அன்றேல்;அமர் வந்தால்
மடங்கல் முனிந்தாலென்ன வலத்தீர்; மதி நாடித்
தொடங்கியது ஒன்றோ? முற்றும் முடிக்கும் தொழிலல்லால்
இடம்கெட வெவ்வாய் ஊறு கிடைத்தால் இடையாதீர்'

கிட்கிந்தா காண்டம் - மயேந்திரப் படலம் - 4727

'ஒரு செயலைச் செய்யும் காலம் இது இல்லை என்று தெரிந்தால் அடங்கி இருக்கவும் உங்களுக்குத் தெரியும். போர் என்றால் எழுந்து அடிப்பீர். தவிர அடிக்க மட்டும் அல்ல அது தொடர்புடைய எல்லாவற்றையும் குறைவறச் செய்யவல்லவர் நீவீர். இடையில் ஏதும் தடங்கல் வந்தாலும் அதற்காக அஞ்சிப் பின்வாங்க மாட்டீர். அவ்வளவு ஆற்றல் வாய்ந்தவர் நீர்' என்கிறார் ஜாம்பவான்.

கேட்ட பின்பே பேசும் அனுமன்

விபீடணன் அடைக்கலம் கேட்டு வந்திருக்கிறான். அவனைச் சேர்த்துக்கொள்ளலாமா என்று சுக்கிரீவன், ஜாம்பவான், நீலன் ஆகியோரைக் கேட்கிறான் ராமன். இதுவரை அனுமனைக் கேட்கவில்லை. எல்லோரும் சேர்க்கவேண்டாம் என்கிறார்கள்.

அதன்பின் பார்வையாலேயே அனுமனை ராமன் கேட்கிறான், 'நீ என்ன நினைக்கிறாய்?' என்பதுபோல. அதுவரை அனுமன் பேசவேயில்லை. அவன் கருத்தைச் சொல்லவில்லை. இத்தனைக்கும் அவனுக்கு விபீடணனைச் சேர்த்துகொள்ள வேண்டும் என்ற கருத்துதான் இருக்கிறது. அதற்கு வலுவான காரணங்களும்

அவனிடம் இருக்கின்றன. ஆனாலும் அனுமன் பேசவில்லை. அவனைக் கேட்ட பின்பே சொல்கிறான்.

இந்தப் பாடலுக்கு முன்பே, மரியாதை காரணமாக கேட்கும்வரை பேசாமல் இருக்கிறான் என்று எடுத்துக் காட்டியிருந்தாலும், இந்த உடனடி மனப்பான்மையைத் தவிர்ப்பதற்கும் இந்தப் பாடலும் செய்தியும் பொருத்தமாக இருக்கின்றன.

கேட்கும் வரை சொல்லாமல் இருப்பது 'இம்பல்ஸ் கண்ட்ரோல்.'

பின்பு அவன் சொன்ன பதில்..

தூயவர் துணி திறன் நன்று, தூயதே;
ஆயினும், ஒருபொருள் உரைபென், ஆழியாய்!
'தீயன்' என்று இவனை யான் அயிர்த்தல் செய்கிலேன்;
மேயின சிலபொருள் விளம்ப வேண்டுமால்'

யுத்த காண்டம் - விபீடணன் அடைக்கலப் படலம் - 6450

'எல்லோர் சொன்னதும் சரிதான். ஆனாலும் நான் இவனை சேர்த்துக் கொள்ளலாம் என்று நினைக்கிறேன். அதற்குக் காரணங்களும் சொல்கிறேன் கேளுங்கள்' என்று சொல்லிவிட்டு,

பல காரணங்களை வரிசையாகச் சொல்கிறான். அதில் ஒன்று...

'கொல்லுமின் இவனை' என்று அரக்கன் கூறிய
எல்லையில், 'தூதரை எறிதல் என்பது
புல்லிது; பழியொடும் புணரும்; போர்த் தொழில்
வெல்லலம் பின்னர்' என்று இடை விலக்கினான்.

யுத்த காண்டம் - விபீடணன் அடைக்கலப் படலம் - 6458

தூதுவனைக் கொல்லாதே என்று ராவணனைத் தடுத்தவன் இவன்தான் என்கிறான். மேலும், திரிசடை என்பவள்தான் அசோகவனத்தில் கொடிய அரக்கியரிடம் சிக்கித் தவிக்கும் சீதா தேவிக்கு ஒரே ஆறுதலாக இருப்பவள். அந்த திரிசடை இவனுடைய மகள்தான் என்றும் சொல்கிறான்.

நமக்கு நன்மை செய்தவன். அதனால் நன்றி கொன்ற பழியும் நமக்கு வந்துவிடக்கூடாது என்பதாலும் அதை முதலில் சொன்னானோ!

தவிர, இவ்வளவும் தெரிந்திருந்தும் இப்படி ஒரு வலிமையான கருத்து இருந்தும், தானே இவனால் விடுவிக்கப்பட்டிருந்தும்...

ராமன் கேட்கும்வரை ஏதும் சொல்லவில்லை. தவிர, ராமன் கேட்டபோதும், அவர்கள் சொன்னதெல்லாம் சரிதான். இனி சொல்ல என்ன இருக்கிறது என்றெல்லாம் சொன்ன பிறகே, நானும் ஒன்று சொல்கிறேன் என்று இதைச் சொல்கிறான்.

ராமன்மீது அவனுக்கு அவ்வளவு நம்பிக்கை. பொறுமை. மரியாதை. தன் உணர்வுகளின் மீது அத்தனை கட்டுப்பாடு உள்ளவன் அனுமன்.

——— மற்றவர் உணர்வை உணர்வது ———

Empathy

மற்றவர்களின் உணர்வுகளை உணரக்கூடிய தன்மைதான் எம்பதி எனப்படுகிறது. 'சிம்பதி' என்பது பச்சாதாபப்படுவது. எம்பதி என்பது அதனினும் மேலானது. அடுத்தவர் உணர்வு எப்படி இருக்கும் என்பதை அதேபோல, நாம் உணர முடிவது.

'எமோஷனல் இண்டெலிஜென்ஸ்'ஸில் குறிப்பாக, Managing others எனப்படும் இரண்டாம் பகுதியில் 'எம்பதி'க்கு அதிக முக்கியத்துவம் உண்டு.

கம்பன் காட்டும் 'எம்பதி'க் கான எடுத்துக்காட்டுகளில் சில லக்குவனின் செயல்பாடுகளில் உண்டு.

கிட்கிந்தா போயிருக்கிறான் லக்குவன். அவன் எதிரே அனுமன் கொடுத்திருந்த யோசனைப்படி சில பெண்களுடன் நிற்கிறார் வாலியின் மனைவி தாரை. அவர் கைம்மைக் கோலத்தில் இருக்கிறார். காரணம், வாலி இறந்துபட்டான். அப்போது லக்குவன் நினைப்பு எப்படி இருந்தது என்று கம்பன் எழுதுகிறான்.

> 'இணையராம் என்னை ஈன்ற, இருவரும்' என்ன வந்த
> நினைவினான், அயர்ப்புச் சென்ற நெஞ்சினன், நெடிது நின்றான்,
> வினவினாட்கு எதிர்ஒரு மாற்றம் விளம்பவும் வேண்டும் என்று,
> அப் புனை குழாட்கு வந்த காரியம் புகல்வது ஆனான்.
>
> *கிட்கிந்தா காண்டம் - கிட்கிந்தைப் படலம் - 4321*

சில பெண்களுடன் வந்து நின்ற அவரைப் பார்த்த லக்குவனுக்கு அவன் தந்தை தசரதனை இழந்து, அதேபோன்ற கைம்மைக் கோலத்தில் இருக்கும் அவனுடைய தாய் சுமித்திரையும், ராமனைப் பெற்ற கோசலையும் நினைவுக்கு வருகிறார்கள்.

அவர்களும் இப்படித்தான் தாரைபோல வருந்துவார்களோ என்று அவன் நினைப்பு ஓடுகிறது.

தன்னைப் பெற்றெடுத்த தாயார்களான சுமித்திரையும் கோசலையும் இந்நிலையில்தானே இருப்பார்கள் என்று மனத்தில் கருதிய லக்குவன், மனங்கலங்கி, தளர்ச்சியுற்று, திகைப்புற்றுச் சிறிது நேரம் செயலற்று நின்றான். பின்னர், தன்னிடம் கேள்வி ஒன்றைக் கேட்டவளுக்கு, தான் வந்த காரணம் என்ன என்பதுபற்றிக் கூறினான். என்கிறார் கம்பர்.

தன் தாயும் ராமனின் தாயும் எப்படி உணர்வார்கள் என்பதை லக்குவனால் உணரமுடிந்திருக்கிறது.

அதுதான் எம்பதி.

எண்ணங்கள், உணர்வுகள் மற்றும் காரணங்களைப் பகிர்ந்து கொள்ளுதல்

Share thoughts, rationale and feelings

அடுத்தவர்களின் நம்பிக்கையைப் பெறுபவர்கள் வெற்றி பெறுவது சுலபம். அந்த நம்பிக்கையைப் பெறுவது எவ்வாறு?

எவர் மீது மக்கள் நம்பிக்கை வைக்கிறார்கள்?

எவர் தன்னுடைய உள்ளத்து உணர்வுகளைப் பகிர்ந்து கொள்கிறார்களோ, அவர் ஏன் அப்படி முடிவெடுக்கிறார் அல்லது அப்படிச் செயல்படுகிறார் என்பதற்கான காரணங்களைப் பகிர்ந்துகொள்கிறார்களோ, அவர்கள் மீது மக்களுக்கு நம்பிக்கை அதிகமாகிறது. வெளிப்படைத் தன்மை நம்பிக்கையை உருவாக்குகிறது.

இலங்கையில் இருந்து சீதையைக் கண்டுவிட்ட நல்ல தகவலுடன் அனுமன் திரும்புகிறான். வரும் வழியில் மைநாக மலை எதிர்கொள்கிறது. இலங்கைக்குப் போனபோதும் இப்படி எதிர்கொண்டு, ‘ அவசியம் விருந்துண்டு போ’ என்று உபசரித்தது. ‘இப்போதில்லை. எனக்கு அவசரம். வரும்போது பார்க்கிறேன்’ என்று சொல்லிப் போனவன் அனுமன். இப்போது திரும்பி வருகிறான். இப்போதும் அவசரம். மிக அவசரம் என்பது அவனது நிலைமை. கேட்டுக்கொள்ளப்படுவதோ விருந்தோம்பலை ஏற்றுக்கொள்ள.

ஆனாலும் என்ன செய்தான்?

> மைநாகம் என்ன நின்ற குன்றையும், மரபின் எய்தி,
> கைந்நாகம் அனையோன் உற்றது உணர்ந்தினன், கணத்தின் காலை
> பைந்நாகம் நிகர்க்கும் வீரர் தன் நெடுவரவு பார்க்கும்
> கொய்ந்நாகம் நறும்தேன் சிந்தும், குன்றிடைக் குதியும்
> கொண்டான்.

சுந்தர காண்டம் - திருவடி தொழுத படலம் - 6008

இலங்கையில் சீதையைக் கண்டு, 'நீங்குவென் விரைவின்' என்று கிளம்பிப் போகிற வழியில், மைநாக மலையில் இறங்கி முன்பு உறுதி கூறியிருந்தபடி, அங்குச் சற்று இளைப்பாறி - இலங்கையில் நடந்தவை அனைத்தையும் (கவனிக்க - அனைத்தையும்) கூறிவிட்டுக் கிளம்பினான்.

படம் எடுக்கும் பாம்பைப் போல உடனே கிளம்பினான் என்று கம்பன் சொல்கிறான் என்றால் அனுமன் இருந்த அவசர நிலை என்ன என்று தெரியும். ஆனாலும் அனைத்தையும் மைநாக மலையிடம் அப்போதே, திரும்பிப் போகும் வழியிலேயே சொல்வதன் அவசியம் என்ன? மைநாக மலையின் மீது உள்ள அன்பும் மதிப்பும்தான்.

அதுதான் அனுமன். அதுதான் நம்பிக்கை உருவாக்கும் செயல். அதுதான் உணர்வு புத்திசாலித்தனம்.

ராமன் அங்கதனைத் தூது அனுப்புதல்

அங்கதன் வாலியின் மகன். வாலியைக் கொன்றது ராமன், தூது அனுப்புவது ராமன். முதலில் அவன் மீதுள்ள நம்பிக்கை. அடுத்து அங்கதனுக்கு ஒரு முக்கிய ரோல். அதன் மூலம் மிக முக்கிய நிகழ்வில் அங்கதன் பங்கேற்பு. இவை எல்லாமும்கூட 'எமோஷனல் இண்டலிஜென்ட்' ஆனவர்கள் செய்வதுதான்.

அனுமன்மீது சுக்கிரீவன் நம்பிக்கை

ராம லக்குவரை அனுமன்தான் முதலில் பார்க்கிறான். அவர்களுடன் பேசுகிறான். அவர்களுடன் நட்புகொண்டால் தனது அரசன் சுக்கிரீவனுக்கு நன்மை விளையும் எனக் கருதி, சுக்கிரீவன் பற்றி ராம லக்குவர்களிடம் சொல்கிறான். பின்பு சுக்கிரீவனைக் கண்டு ராம லக்குவர் பற்றிக் கூறி அவர்களுடன் நட்பு கிடைப்பது நீ செய்த புண்ணியம் என்று சொல்லி அழைக்கிறான்.

அதற்கு சுக்கிரீவன் சொல்லும் பதில்,

அன்னவாம் உரையெலாம் அறிவினால் உணர்குவான்,
'உன்னையே உடைய எற்கு, அரியது எப்பொருள் அரோ?
பொன்னையே பொருவுவாய்! போது' என, போதுவான்
தன்னையே அனையவன் சரணம் வந்து அணுகினான்.

கிட்கிந்தா காண்டம் - நட்புக்கோல் படலம் - 3801

'அறிவிற் சிறந்தவனாகிய உன்னையே என் அமைச்சனாக பெற்ற எனக்கு எந்தப் பொருள்தான் எளிதில் கிடைக்காது? எந்தச் செயல்தான் எளிதில் கைகூடாது? எல்லாம் எளிதாகவே நடந்துவிடும் என்பது நிச்சயம். பிரகஸ்பதியை நிகர்த்தவனே! வா, ராம லக்குவரைக் கண்டு வரலாம்.' என்கிறான்.

அனுமன் சொல்லியதை விவாதம் செய்யாமல் அப்படியே ஏற்றுக்கொள்கிறான் சுக்கிரீவன். என்ன ஒரு பரஸ்பர நம்பிக்கை இருவருக்குள்ளும்! அவன் அரசன்; இவன் அமைச்சன். அது தவிர, உன்னை அமைச்சனாகப் பெற்றேனே அது நான் பெற்ற நன்மை என்றும் வெளிப்படையாகப் பாராட்டுகிறான் சுக்கிரீவன். உடன், 'வா போகலாம். ராம லக்குவனரை பார்க்கலாம்' என்று கிளம்பி விடுகிறான்.

உணர்வு புத்திசாலித்தனம் இருப்பவர்களால்தான் அடுத்தவரிடம் இப்படி ஒரு நம்பிக்கையை உருவாக்க முடியும். அனுமன் உருவாக்கியிருக்கிறான். அதனால்தான் சுக்ரீவன் அப்படிப் பேசுகிறான். நடந்துகொள்கிறான்.

10

பிற நிர்வாக உத்திகள்

Other Management Techniques

சேர்த்துக்கொள்ளல்

Inclusion

மாபெரும் போர் முடிந்துவிட்டது. ராவணன் இறந்துவிட்டான். சீதையை மீட்டாயிற்று. விபீடணனுக்குப் பட்டமும் சூட்டியாகி விட்டது. அயோத்தி போகவேண்டும். அங்கே பரதன் காத்திருக்கிறான். அப்படிப்பட்டச் சூழ்நிலையில் ராமன் கிளம்பி, விரைந்து அயோத்தி போக புட்பக விமானம் வருகிறது.

ராமன் என்ன செய்தான் தெரியுமா?

அனையது ஆகிய சேனையோடு, அரசனை, அனிலன்
தனயன் ஆதியாம் படைபெரும் தலைவர்கள் தம்மை,
வனையும் வார்கழல் இலங்கையர் மன்னனை, 'வந்து இங்கு
இனிதின் ஏறுமின் விமானம்' என்று இராகவன் இசைத்தான்.

- யுத்த காண்டம் - மீட்சிப் படலம் - 10107

வானரச் சேனையையும், அவர்கள் அரசன் சுக்கிரீவனையும், அனுமனையும், மற்றப் படைத் தலைவர்களையும், இலங்கை

மன்னனான வீடணனையும் நோக்கி... 'வாருங்கள். எல்லோரும் வந்து அமர்ந்துகொள்ளுங்கள்...' என்று அழைக்கிறான். அனைவரையும் விமானத்தில் ஏற்றிக்கொள்கிறான்.

தான் அவர்களைவிட பல அடுக்குகள் உயர்ந்தவன் என்ற எண்ணமோ, தள்ளி நிற்பதோ இல்லாத தலைவன் ராமன். எல்லோரும் ஒன்று. எல்லோரும் வேண்டும் என்கிற எண்ணம் கொண்டவன் அவன். வேலை முடிந்தபின்பும் ராமன் மற்றவர்களிடம் காட்டும் மரியாதை போற்றத்தக்கது.

——— எப்படி ஆட்சி நடத்தவேண்டும் ———

How to govern

வாலியை வதம் செய்தபின், லக்குவனைக்கொண்டு சுக்கிரீவனுக்குக் கிட்கிந்தைக்கு அரசனாக முடிசூட்டுகிறான் ராமன். அதன்பின் ஓர் அரசனாக அவன் எப்படி நடந்துகொள்ள வேண்டும் என்று ராமன் அறிவுரை சொல்கிறான்.

'தேவரும் வெஃகற்கு ஒத்த செயிர்அறு செல்வம் – அஃது உன்
காவலுக்கு உரியது என்றால், அன்னது கருதிக் காண்டி;
ஏவரும், இனிய நண்பர், அயலவர், விரவார் என்று இம்
மூவகை இயலோர் ஆவர்; முனைவர்க்கும், உலகம் மூன்றின்.'

கிட்கிந்தா காண்டம் - அரசியல் படலம் - 4124

விருப்பு வெறுப்பற்ற தேவர்களுக்கும் ஆசை ஏற்படுத்தக்கூடிய குற்றமற்ற பெருஞ்செல்வம், நீ அரசனாய் இருப்பதால், இயல்பாகவே உன்னுடைய பொறுப்பிற்கு வரும். அப்படி வரும்போது, அதன் தனிச்சிறப்பை மனதில் வைத்து, அதை கவனமாகப் பாதுகாக்கவேண்டும். காய்தல், உவத்தல் அற்ற (விருப்பு வெறுப்பு இல்லாத) மூவுலகிலும், தனக்கு வேண்டிய இனிய நண்பர்கள், வேண்டாத பகைவர்கள், இவ்விரு வகையும் இல்லாத அயலவர் - அதாவது அறிமுகம் இல்லாதவர் - என்ற மூன்று வகையானவர்கள் இருக்கின்றனர். இந்த வேற்றுமைகளை உணர்ந்து நீ நடந்துகொள்ள வேண்டும்.

'செய்வனசெய்தல், யாண்டும் தீயன சிந்தியாமை
வைவன வந்த போதும், வசைஇல, இனிய கூறல்;
மெய்யன, வழங்கல், யாவும் மேவின வெஃகல் இன்மை
உய்வன ஆக்கித் தம்மோடு உயர்வன உவந்து செய்வாய்.'

கிட்கிந்தா காண்டம் - அரசியல் படலம் - 4125

'எப்போதும் எல்லோருக்கும் நன்மை தருபவைகளையே நீ செய். உன்னைப் பழித்தாலும் நீ இனிமையான சொற்களையே சொல். உன்னிடம் உள்ள பொருள்களை வறியவற்கு வழங்கு. மற்றவருடையதை அபரிக்க எண்ணாதே. இவற்றை மனம் விரும்பி மகிழ்ச்சியுடன் செய்வாயாக.'

——— பிணக்குத் தீர்ப்பது ———

Conflict Resolution

இருவேறு துறைகளுக்கு இடையிலோ, இருவேறு அலுவலர்களுக்கு இடையிலோ கருத்து வேற்றுமைகள் வந்து, அந்தப் பிரச்னையைத் தீர்த்து வைப்பதன் பெயர், கான்பிளிக்ட் ரெசல்யூஷன். கம்பன் காட்டும் பிணக்கு வாலிக்கும் சுக்கிரீவனுக்கும் இடையிலானது. அதில் சுக்கிரீவன் கேட்டுக்கொண்டதற்கு இணங்க, ராமன் தலையிடுகிறான். தண்டனையை வாலிக்குத் தந்துவிடுகிறான்.

அப்போது ராமனைப் பார்த்து, தண்டிக்கப்பெற்ற வாலி கேட்பது போன்று, பாடல் புனைந்திருக்கும் கம்பன், இருவருக்கும் இடையே ஏற்படும் பிணக்கைத் தீர்த்துவைக்க முயற்சிக்கும் ஒருவர் அதை எப்படி அணுக வேண்டும் என்று அப்பாடலில் தெரிவிக்கிறான்.

'இருமை நோக்கி நின்று, யாவர்க்கும் ஒக்கின்ற
அருமை ஆற்றல் அன்றோ அறம் காக்கின்ற
பெருமை என்பது? இது என்? பிழை பேணல் விட்டு
ஒருமை நோக்கி, ஒருவற்கு உதவலோ?'

கிட்கிந்தா காண்டம் - வாலி வதைப் படலம் - 4027

அறத்தைப் பேணிக்காப்பது என்பது, தன்னிடம் வந்த இருவரின் நன்மை தீமைகளையும் நன்கு சீர்தூக்கிப் பார்த்து, நடுவு நிலைமையில் நிலைத்து நின்று, தொடர்புடைய எல்லோருக்கும் மகிழ்ச்சி அளிக்கின்றவகையிலே நிறைவேற்றுவது அல்லவோ!

அதை விட்டுவிட்டு நீ, இப்போது செய்திருப்பதுபோல, குற்றங்களைப் பொறுத்துக்கொண்டு, ஒருவர் பக்கம் உள்ள நிலைமைகளை மட்டுமே எடுத்துக்கொண்டு, தனக்கு விருப்பமான ஒருவருக்கு மட்டுமே உதவி செய்வதுதான் அறம் காப்பதா? இது என்ன நியாயம்? என்று ராமனைக் கேட்கிறான் வாலி.

அதற்கு ராமன் தக்க பதில் தருகிறான். வாலியும் சமாதானம் ஆகிறான். இருந்தாலும் வாலி கேட்கும் கேள்வி கவனிக்கத் தக்கது. இது நடுநிலையா? வேண்டிய ஒருவருக்கு உதவி செய்வதுதான் தர்மமா?

——— பேரம் பேசும் சாதுர்யம் ———

Negotiation skills

'நெகோஷியேஷன் ஸ்கில்' என்பதைத் திறம்படப் பேசும், பேசி தன்வழிக்குக் கொண்டுவரும் 'பேரத் திறன்' என்று பொருள் சொல்லலாம். நிறுவனங்களிலும் பல்வேறு அமைப்புகளிலும் இருப்போர், மற்றவர்களுடன் பேசி, விற்கவேண்டும் அல்லது விலை குறைத்து வாங்கவேண்டும், சில வேலைகளை அவர்கள் விரும்பும்விதம் முடிக்கவேண்டும். இதற்கெல்லாம் பேசும் திறன் அவசியம்.

பேசும் திறன் என்பது இங்கே அடுக்கு மொழி அல்லது நீட்டி முழக்கும் மேடைப் பேச்சைக் குறிக்கவில்லை. பேச்சு சாதுர்யத்தைத்தான் குறிக்கிறது.

கம்பராமாயணத்தில் அதன் பல்வேறுக் கூறுகளை ராவணன் கையாளுவதைக் கம்பன் அற்புதமாகக் காட்டுகிறான்.

சீதையைத் தூக்கி வந்தாயிற்று. எவ்வளவோ சொல்லியாயிற்று. ஆனாலும் சீதை ராமனையேதான் நினைத்துக்கொண்டிருக்கிறாள். ராவணன் மீண்டும் அசோகவனம் வருகிறான். சீதையிடம் பேசுகிறான். மொத்தம் பதினோரு பாடல்களில் அதைக் கம்பன் விவரிக்கிறான். ராமனையே நினைத்துக்கொண்டிருக்காதே. அவன் மனிதன். நானோ அவனைவிடப் பலமடங்கு பராக்கிரமம் உள்ளவன். என் ஆசைக்கு இணங்கி விடு. இவ்வளவுதானே சொல்லவேண்டியது! இதற்கு ஏன் அவ்வளவு பாடல்கள்?

சாதுர்யமாக காரியம் சாதித்துக்கொள்ள நினைப்பவர்கள் பலம் காட்டுவதில்லை. ஆனால் ராவணன் சாம தான பேத தண்டம் என்பதுபோல தனது பலவிதமான சாமர்த்தியத்தையும் வித்தை களையும் காட்டி எதிராளியைப் பணிய வைக்க முயற்சிக்கிறான் என்கிறான் கம்பன். (பாடல்கள் 5277, 5287)

புகழ்கிறான், பழிக்கிறான், மிரட்டுகிறான், வேண்டுகோள் விடுக்கிறான். இப்படியாகப் பலவிதங்களிலும் முயற்சித்துப் பார்த்துவிட்டு இறுதியாக...

'குடிமை மூன்றுலகும் செய்யும் கொற்றத்து என்
அடிமை கோடி; அருளுதியால்; எனா,
முடியின் மீது முகிழ்ந்து உயர் கையினன்
படியின் மேல் விழுந்தான், பழி பார்க்கலான்.'

சுந்தர காண்டம் - காட்சிப் படலம் - 5182

காரியம் சாதிப்பதற்காக வெட்கத்தை விட்டு... கைகள் இரண்டையும் உயரே தூக்கி, குவித்து வணங்கி, பின்னர் காலிலும் விழுந்து வணங்குகிறான் ராவணன்! இந்தக் காட்சியைக் கற்பனை செய்து பார்த்தால் எப்படியிருக்கிறது! எப்படியாவது தனது காரியம் ஆகவேண்டும் என்பதற்காக ஒருவன் என்னவெல்லாம் செய்கிறான் என்று காட்சிப்படுத்துகிறான் கம்பன்.

தகுதிக்கு ஏற்றவனுடன் போரிடுங்கள்

Live up to your standard

ஐந்து படைத்தலைவர்களும் ராவணனிடம், சிலந்தியைத் தின்று வாழும் குரங்குடன் நீங்களா போருக்குப் போவது? சொல்லுங்கள். அது உங்களுக்கு இழுக்கு என்று எதிரியின் தகுதி குறித்து தாழ்த்திப் பேசுகிறார்கள்.

'சிலந்தி உண்பது ஓர் குரங்கின் மேல் சேறியேல், திறலோய்!
கலந்த போரில், நின் கண்புலக் கடுங்கனல் கதுவ,
உலந்த மால்வரை அருவி ஆறு ஒழுக்கு அற்ற ஒக்கப்
புலர்ந்த மாமதம் பூக்கும் அன்றே திசைப் பூட்கை?'

சுந்தர காண்டம் - பஞ்சேனாபதிகள் வதைப்படலம் - 5601

மூன்று பாடல்களில் அவர்கள் ஐவரும், ராவணன் ஏன் அனுமனுடன் போருக்குப் போகக்கூடாது என்று விளக்குகிறார்கள். ஒரு நிறுவனத்தில் அதன் பல்வேறு துறைத் தலைவர்கள் (Department heads), நிறுவனத் தலைவரிடம் (CEO) சொல்லுவதுபோல. அவ்வளவு காரணங்கள் கூறுகிறார்கள்.

'ஈகைக்கு உட்பகை உலோபம்..'

எத்தனையோ வள்ளல்கள் வாழும்போதே கொடுத்திருக்கிறார்கள். வள்ளல் அழகப்ப செட்டியார், பச்சையப்ப முதலியார், கந்தசாமி நாயுடு என்று சென்ற தலைமுறையில் பலரை சுலபமாகச் சொல்லிவிடலாம்.

தனி நபர்கள் மட்டுமில்லாது பல நிறுவனங்களும் அப்படிக் கொடுக்கின்றன. முன்பு மைய அரசின் பொதுத்துறை நிறுவனங்கள் ‘20 பாயிண்ட் புரோகிராம்’ என்பதன் கீழ் பல சமுதாய நலப்பணிகளைச் செய்தன. சில தனியார் நிறுவனங்களும் அவர்களாகவே விரும்பி முன்வந்து செய்தார்கள், இன்றும் ‘கார்ப்பரேட் சோசியல் ரெஸ்பான்சிபிலிட்டி - சிஎஸ்ஆர்’ என்ற பெயரில் செய்கிறார்கள்.

தனி நபர்களேகூட இப்போது பெரிய அளவில் கொடுக்கிறார்கள். உலகப் பணக்கார்கள் பட்டியலில் இரண்டாவது இடத்தில் இருக்கும் வாரென் பஃபெட் தனது மொத்த சொத்தில் 99 விழுக்காடு பணத்தை தர்மத்துக்குக் கொடுக்க முடிவு செய்து, எழுதிவைத்துவிட்டார். தவிர, உலகெங்கும் சுற்றுப்பயணம் செய்து பல கார்பரேட் செல்வந்தர்களையும் அப்படிச் செய்யச் சொல்லிக் கேட்கிறார்.

அவருடைய தாக்கத்தாலோ என்னவோ இந்தியப் பணக்காரர்களில் பலர் – தமிழகத்தைச் சேர்ந்த HCL நிறுவனர் சிவ் நாடார், விப்ரோ அசிம் பிரேம்ஜி, இன்போசிஸ் நாராயணமூர்த்தி, நந்தன் நிலகேணி உட்பட பலர் கணிசமான தொகையைச் சொந்தப் பணத்தில் இருந்து தர்ம காரியங்களுக்குக் கொடுத்துக் கொண்டிருக்கிறார்கள்.

அவர்கள் சம்பாதித்ததை அவர்களே மகிழ்வுடன் கொடுக்கிறார்கள். கையில் செல்வம் இருக்கும்போதே கொடுக்கிறார்கள்.

இதை கம்பன் எப்படி எடுத்துறைக்கிறான் என்று பாருங்கள்.

ராம லக்குவருக்கு விசுவாமித்திரர் மாவாலிச் சக்ரவர்த்தியின் வரலாற்றைக் கூறுகிறார். அதில் மாவாலி என்ற அசுரச் சக்ரவர்த்தியை அழிக்க திருமால், வாமன அவதாரம் எடுத்து, மாவாலியிடம் மூன்று அடி மண் கேட்கிறார். அப்போது மாவாலியின் குல குருவும் அமைச்சனுமாகிய சுக்கிரன், ‘வாமனின் இந்த உருவம் பொய். உண்மையில் உன் முன்னால் நிற்பவன் திருமால். அதனால் அவன் கேட்கிறான் என்று அவன் கேட்பதைக் கொடுத்துவிடாதே’ என்று எச்சரிக்கிறார்.

அதற்கு மாவாலிச் சக்ரவர்த்தி தனது அமைச்சனான சுக்கிரனிடம், ‘மற்றவனுக்குக் கொடுக்காதே என்று சொல்லித் தடுப்பவரே பெரும் பகைவர்’ என்று சொல்லிவிட்டு,

'கட்டுரையின் தம கைத்து உள போழ்தே
இட்டு, இசைகொண்டு, அறன் எய்த முயன்றோர்
உள் தெறு வெம்பகை யாவது உலோபம்;
விட்டிடல்' என விலக்கினர் தாமே' என்கிறார்.

பாலகாண்டம் - வேள்விப்படலம் - 424

'தனது கைப்பொருளாகிய பணம் தன் கையில் கணிசமாக இருக்கும்போதே கொடுக்கக்கூடியவற்றைப் பிறருக்குக் கொடுத்து, அதனால் இந்தப் பிறவியில் புகழும், மறுபிறவிகளில் அதன் புண்ணியத்தையும் பெறலாம். ஆனால் அதைக் கெடுக்க வல்லது அவரவர் மனதுக்குள்ளாகவே இருந்து கெடுக்கும் உட்பகையான, உலோபத் தன்மைதான். அதை விட்டுவிட வேண்டும் என்று பொருள்பொதிந்த நல்ல நூல்கள் எல்லாம் சொல்கின்றன.'

எதைச் சொல்லவில்லை நமது கம்பன்? செல்வம் தன் கையில் இருக்கும் போதே கொடுக்கவேண்டும் என்பதையும் சொல்லி விடுகிறான்.

——— நெற்றிக்கண் திறப்பினும்... ———

Whistle blowing

தற்காலத்தில் மேலாண்மையில் விசில் புளோயிங் (Whistle blowing) என்று ஒரு செயல் குறிக்கப்படுகிறது. அப்படிச் செய்பவர்களை விசில் புளோவர்ஸ் (Whistle blowers) என்கிறார்கள்.

ஒரு நிறுவனத்திலோ அமைப்பிலோ ஊதியத்துக்கு வேலை செய்வது. அந்த நிறுவனம் / அமைப்பு செய்வது பொது நன்மைக்குக் குந்தகம் விளைவிப்பது அல்லது சட்ட திட்டங்களுக்கு மாறாக அந்த நிறுவனம் செயல்படுகிறது என்று தெரியவந்தால், அதை நிறுவனத்தின் மேலதிகாரிகளுக்குச் சொல்லி, சரி செய்ய முயல்வது. அது சாத்தியமாகாவிட்டால், நிறுவனத்திற்கு வெளியில், அரசிடமோ அல்லது கண்காணிப்பு ஆணையங்களிடமோ அல்லது ஊடகங்கள் மூலமாக பொதுமக்களுக்கோ தெரியப்படுத்தி, அந்தத் தீமையை, சட்டவிரோதச் செயலைத் தடுக்க முயல்வதுதான் விசில் புளோயிங்.

கால்பந்து மைதானத்தில் நடுவர் வாயில் விசில் வைத்துக் கொண்டு எவரேனும் தப்பு ஆட்டம் ஆடினால் ஊதுவாரே

அப்படி, நிறுவனத்தில் நடக்கும் தவறுகள்பற்றி பொது நன்மைக்காக வெளியில் தெரிவிப்பது.

உலக அளவில் விசில் புளோயிங் நடவடிக்கைக்கு அதிகப் பிரபலமானவர் அமெரிக்காவைச் சேர்ந்த ஷெரான் வாட்கின்ஸ் (Sherron watkins) என்ற பெண்மணிதான். அவர் Enron என்ற மாபெரும் அமெரிக்க நிறுவனத்தில் கார்ப்பரேட் டெவலப்மெண்ட் துறையில் வைஸ் பிரசிடெண்ட் ஆக வேலை செய்தார். அதுசமயம் அந்நிறுவனம்தான் அமெரிக்காவின் ஏழாவது பெரிய நிறுவனம்.

அவர் அந்நிறுவனம் செய்த கணக்கு தில்லுமுல்லைப்பற்றி அந்நிறுவனத்தின் முதலாளி கென்னத் லே என்பவருக்குத் தன் பெயர் குறிப்பிடாமல், உங்கள் நிறுவனத்தை நடத்துபவர்கள் இப்படித் தப்பும் தவறுமாக கணக்கு எழுதுகிறார்கள், இதனால் ஒருநாள் நம் நிறுவனம் நஷ்டத்தில் மூழ்கியேவிடும் என்று எச்சரித்துக் கடிதம் எழுதினார். ஊழலை உள்ளிருந்தே எதிர்த்தார். கேட்பாரில்லை. அதை வெளிப்படுத்தி அந்நிறுவனத்திற்கு எதிராக அமெரிக்க செனட்டில் பேசினார். அவர் எச்சரித்தது போலவே 2001ல் அந்நிறுவனம் திவாலாகிப் போனது. அப்படித் துணிச்சலாக, சரியானதைச் செய்ததற்காக அவருக்கு பல்வேறு அமைப்புகளும் ஊடகங்களும் விருதுகள் கொடுத்துப் பாராட்டின.

இலங்கை அரசனானாலும், தன் அண்ணன் ஆனாலும் செய்வது தவறு என்று எடுத்துச் சொன்ன விபீடணன் செய்தது அப்படிப்பட்ட விசில் புளோயிங்தான்.

எல்லோருக்கும் ஒரு பணி, பங்கேற்பு
Role - Participation

திருமணம் போன்ற சுப நிகழ்வுகளுக்குப் பின், அங்கேயே குழுவாக ஒரு புகைப்படம் எடுத்துக்கொள்ளுவது தற்கால வழக்கம் அல்லவா? அப்படிப்பட்ட ஒரு குழுப் புகைப்படங்களுக்கு முன்னோடி என்று ராமர் பட்டாபிஷேகப் படம் குறித்துச் சொல்லலாம். ஆனால் பின்னாளில் பல ஓவியர்களும் அப்படி வரையத்தக்க அளவுக்கு விவரங்களைக் கொடுத்தது யார்?

கம்பன்தான்.

அரியணை அனுமன் தாங்க, அங்கதன் உடைவாள் ஏந்த,
பரதன் வெண்குடை கவிக்க, இருவரும் கவரிபற்ற,
விரைசெறி குழலி ஓங்க, வெண்ணையூர்ச் சடையன் தங்கள்
மரபுளோர் கொடுக்க வாங்கி, வசிட்டனே புனைந்தான் மௌலி

யுத்த காண்டம் - திருமுடி சூட்டுப் படலம் - 10327

- *சிங்காதனத்தைத் தாங்குவது - அனுமன்*
- *உடை வாள் ஏந்தி நிற்பது - வாலி மகன் அங்கதன்*
- *வெண்கொற்றக் குடை பிடிப்பது - பரதன்*
- *இருபக்கமும் வெண்சாமரம் வீசுவது - லக்குவனும் சத்ருக்கனனும்*
- *அருகில் பெருமிதத்துடன் அமர்ந்திருப்பது - சீதா தேவி*
- *திருமுடியை எடுத்துக் கொடுப்பது – திருவெண்ணை நல்லூர் சடையப்ப வள்ளலின் மரபில் வந்தோர்*
- *திருமுடி சூட்டுவது – குலகுரு வசிட்ட மாமுனிவர்.*

ராமகாவியத்தில் அவரவர் பங்களிப்பு மற்றும் முக்கியத்துவத்தை மனதில் கொண்டு கம்பன் அமைக்கும் காட்சி இது. ஆளுக்கு ஒரு பணி. எல்லோருக்கும் அந்த மிக முக்கிய நிறைவான நிகழ்வில் ஒரு பணி தரப்பட்டிருக்கிறது. பங்கேற்க வாய்ப்பும் அளிக்கப்பட்டிருக்கிறது.

வேலை செய்தவர்களை, பங்களிப்புச் செய்தவர்களை, நிறைவான நேரத்தில் நினைவாகச் சேர்த்துக்கொள்ளவேண்டும். தவறவிடக்கூடாது. அவர்களாக வரமாட்டார்கள். ஒதுங்கி நிற்பார்கள். செய்தவர்கள் அனைவரும் இருக்கிறார்களா என்று பார்ப்பதும் உறுதி செய்வதும் மனித வளத்துறையின் கூடுதல் பொறுப்பாகும்.

கம்பன்தான் எப்படிப்பட்ட மனிதவள நிபுணன்! ஒருவரையும் தவறவிடவில்லையே!

வளர்க கம்பன் புகழ்

பன்முகத்தன்மை, தலைமைப் பண்புகள், உண்மைக்குக் குரல் கொடுப்பது, எடுத்த செயலை முடிப்பதில் தீவிரம், அதற்கான உத்திகளை வகுப்பது, கவனக்குவிப்பு, அதற்கான வழிமுறைகளையும் நீதிநெறிகளையும் பின்பற்றுதல், குழு உருவாக்கல், அதை ஊக்குவித்தல், அதை அங்கீகாரம் செய்தல், வெகுமதிகள் கொடுக்கப்பட வேண்டிய விதங்கள், தகவல் பரிமாற்றத்தில் கவனிக்கப்பட வேண்டியவைகள். ஆலோசனைகளின் முக்கியத்துவம், பேரம் பேசும் திறன், பிணக்குத் தீர்தல், மனிதவள நிர்வாகம், பணிக்கேற்ற நபரைத் தேர்வு செய்தல், சுயநெறிமை, உணர்வு பீறிடல். உணர்வுக் கடத்தல், நம்பிக்கை உருவாக்கம் என்று மேலாண்மையில் இன்றைக்குப் பயன்படுத்தப்படும் எத்தனை முக்கிய விஷயங்களைப் பற்றி ராமாயணத்தில் அற்புதமாக எடுத்துப் பேசியிருக்கிறான் கம்பன்!

மொத்தத்தில் கம்பன்தான் எப்படிப்பட்ட மேலாண் வித்தகன்! அவனிடமிருந்துதான் எத்தனை வகையான மேலாண்மைச் சூட்சமங்கள் வெளிப்படுகின்றன!!

வாழ்க இராமாயணம். வளர்க கம்பன் புகழ்.

பின் இணைப்பு 1

இந்தப் புத்தகத்தில் எடுத்துக் காட்டப்பட்டிருக்கும் பாடல்களின் விவரம்.

பால காண்டம்

கடவுள் வாழ்த்துப்பாடல்	
அவையடக்கம்	- *4, 5*
வேள்விப்படலம்	- *424*

அயோத்தியா காண்டம்

மந்தரை சூழ்ச்சிப் படலம்	- *1424, 1470, 1485, 1504*
நகர் நீங்கு படலம்	- *1608, 1609*
மந்திரப் படலம்	- *1432*
கைகேயி சூழ்வினைப் படலம்	- *1601, 1602*

ஆரணிய காண்டம்

ஜடாயு உயிர் நீத்த படலம்	- *3478, 3493*
சூர்ப்பனகை சூழ்ச்சிப் படலம்	- *2775, 3132, 3067, 3147*
மாரீசன் வதை படலம்	- *3243, 3245, 3258*
ராவணன் சூழ்ச்சிப்படலம்	- *3322, 3330, 3376, 3377, 3380, 3384, 3388, 3450, 3331*
ஜடாயு உயிர் நீத்த படலம்	- *3449, 3471*

கிட்கிந்தா காண்டம்

அரசியல் படலம்	- *4143, 4124, 4125*
அனுமப் படலம்	- *3775, 3781*
நட்புகோல் படலம்	- *3822, 3801*
மயேந்திரப் படலம்	- *4716, 4719, 4720, 4721, 4727*
வாலி வதைப் படலம்	- *3944, 4027, 4090*
கிட்கிந்தைப் படலம்	- *4321, 4333, 4356, 3789, 4310, 4349*

சுந்தர காண்டம்

சூடாமணிப் படலம்	- *5453*
சம்புமாலி வதைப் படலம்	- *5592*
பஞ்சேனாபதிகள் வதைப்படலம்	- *5601*
பாசப் படலம்	- *5725, 5766*
பிணிவீட்டுப் படலம்	- *5825, 5828, 5920*
ஊர்தேடு படலம்	- *4923, 5057, 5162*
பொழில் இறுத்த படலம்	- *5437, 5470*
கடல்தாவு படலம்	- *4754, 4761, 4776, 4793, 4802*
காட்சிப் படலம்	- *5182, 5250, 5252*
கிங்கரர் வதை படலம்	- *5509, 5496*
திருவடி தொழுத படலம்	- *6008, 6013, 6015, 6018, 6028, 6031, 6033, 6094*

யுத்த காண்டம்

கடவுள் வாழ்த்துப் பாடல்	
அங்கதன் தூதுப் படலம்	- *6975, 6982, 6981, 6984, 7005, 7065*
அணிவகுப்புப் படலம்	- *6596*
இந்திரஜித்து வதைப் படலம்	- *9183, 9185*
இலங்கை வேள்விப்படலம்	- *6531, 6585*
மீட்சிப்படலம்	- *10012, 10013, 10014, 10107, 10205, 10029, 10048*
மருந்துமலைப் படலம்	- *8728, 8766*
மந்திரப் படலம்	- *6077*
மாயா சீதைப் படலம்	- *8908, 8895, 8854, 9017*
ராவணன் மந்திரப் படலம்	- *6126*
ராவணன் வதைப் படலம்	- *9917, 9875, 9876,9917*
முதற்போர் புரிபடலம்	- *7271, 7309, 7200, 7272*
மூலபல வதைப் படலம்	- *9358,9365, 9362, 9361*
விபீடணன் அடைக்கலப் படலம்	- *6447, 6448, 6449, 6419, 6450, 6458, 6466, 6466, 6507, 6565*
விடை கொடுத்த படலம்	- *10348, 10349, 10350, 10351, 10353, 10518*
கும்பகருணன் வதைப்படலம்	- *7308, 7426*
திருமுடி சூட்டுப் படலம்	- *10327*

பின் இணைப்பு 2

இந்தப் புத்தகத்தில் எடுத்துக் காட்டப்பட்டிருக்கும் மேலாண்மைப் பதங்கள்/ சூட்சமங்கள்/ சொற்கள்/ வாக்கியங்கள்.

ஆசிரியரின் பிற நூல்கள்

பங்குச்சந்தை

1. அள்ள அள்ளப் பணம் 1 - பங்குச்சந்தை: அடிப்படைகள்
2. அள்ள அள்ளப் பணம் 2 - பங்குச்சந்தை: அனாலிசிஸ்
3. அள்ள அள்ளப் பணம் 3 - பங்குச்சந்தை: ஃபியூச்சர்ஸ் அண்ட் ஆப்ஷன்ஸ்
4. அள்ள அள்ளப் பணம் 4 - பங்குச்சந்தை: போர்ட்ஃபோலியோ முதலீடுகள்
5. அள்ள அள்ளப் பணம் 5 - பங்குச்சந்தை: டிரேடிங்
6. அள்ள அள்ளப் பணம் 6 - மியூச்சுவல் ஃபண்ட்
6. அள்ள அள்ளப் பணம் 7 - தங்கம்
7. அள்ள அள்ளப் பணம் 8 - இன்சூரன்ஸ்
8. அள்ள அள்ளப் பணம் 9 - கடன்
9. Bulls and Bears - All about Shares
10. ஷேர் மார்க்கெட் சீக்ரெட்ஸ்
11. ஷேர் பசார் சீக்ரெட்ஸ் (ஹிந்தி)
12. பங்கு சந்தை என்றால் என்ன

வியாபாரம்

1. நம்பர் 1 சேல்ஸ்மேன் (சிறந்த விற்பனையாளர் ஆவது எப்படி?)
2. பணமே ஓடி வா
3. தொட்டதெல்லாம் பொன்னாகும்
4. பணம், சில ரகசியங்கள்
5. பணம் சந்தேகங்கள் விளக்கங்கள்
6. நேர்மையாக சம்பாதிக்க இவ்வளவு வழிகளா!
7. எந்தத் தொழிலிலும் ஜெயிக்கலாம்

சுயமுன்னேற்றம்

1. இட்லியாக இருங்கள் - எமோஷனல் இன்டெலிஜென்ஸ்
2. எமோஷனல் இண்டெலிஜென்ஸ் 2.0
3. ரசவாதம்: ஏதிலும் பெரும் வெற்றி (NLP பற்றி)
4. தடையேதுமில்லை (சுயமுன்னேற்றக் கட்டுரைகள்)
5. உஷார் உள்ளே பார் (மனமும் சக்தியும்)
6. ஆல் தி பெஸ்ட்! (நீங்கள் விரும்பும் வேலையை வென்றெடுப்பது எப்படி?)
7. தள்ளு (மோட்டிவேஷன்)
8. சின்னத் தூண்டில் பெரிய மீன்
9. சிறு துளி பெரும் பணம்
10. டீன் தரிகிட (பதின் பருவம்)
11. சொல்லாததையும் செய்!
12. மனதோடு ஒரு சிட்டிங்
13. இவ்வளவுதானா நீ?
14. முன்னேற்றம் இந்தப் பக்கம்
15. எல்லோரும் வல்லவரே
16. காதலில் இருந்து திருமணம் வரை
17. சிக்கனம் சேமிப்பு முதலீடு
18. நல்லதாக நாலு வார்த்தை
19. திட்டமிடுவோம் வெற்றிபெறுவோம்
20. அதிகாரம் அல்ல, அன்பு
21. உடல் மனம் புத்தி
22. யார் நீ?
23. You vs You: *Everything you need to know about Emotional Intelligence*

நிர்வாகம்

1. ஆளப்பிறந்தவர் நீங்கள் (தலைமைப் பண்புகள்)
2. காலம் உங்கள் காலடியில் (நேர நிர்வாகம்)
4. உலகம் உன் வசம் (கம்யூனிகேஷன்)
5. உறுதி மட்டுமே வேண்டும் (கமிட்மெண்ட்)
6. உறவுகள் மேம்பட (Secrets of Managing People)
7. சிறந்த நிர்வாகி ஆவது எப்படி?
8. மேனேஜ்மென்ட் குரு கம்பன்
9. வீட்டுக் கணக்கு
10. நேரத்தை உரமாக்கு (காலம் உங்கள் காலடியில் - 2)

பொருளாதாரம்

1. நாட்டுக் கணக்கு - 1
2. நாட்டுக்கணக்கு - 2
3. அதிர்ந்த இந்தியா
4. அவசரம்- உடனடியாக செய்யவேண்டிய சமூக பொருளாதார மாற்றங்கள்

மாணவர்களுக்கு

1. மன அழுத்தம் விரட்டலாமா
2. இந்தமுறை நீதான்
3. நீங்கள் அசாதாரணமானவர்
4. You are Extraordinary
5. திட்டமிடுவோம் வெற்றிபெறுவோம்

மற்றவை

1. எங்குமிருப்பவர் (சாய் சரிதம்)
2. கே பாலசந்தர்- வேலை டிராமா சினிமா
3, நல்ல மனம் வாழ்க
4. மகிழ்ச்சியாக வாழுங்கள்
5. அப்பா, மகன் - நெருக்கமும் நெருடல்களும்

புதினம்

1. நெஞ்சமெல்லாம் நீ
2. பட்டாம்பூச்சிகளின் கண்ணாமூச்சி காலம்
3. ஜெமினி சர்க்கிள்

www.ingramcontent.com/pod-product-compliance
Lightning Source LLC
LaVergne TN
LVHW100256051026
849517LV00006B/2104
* 9 7 8 9 3 9 0 9 5 8 4 8 1 *